മാതാ പിതാ ഗൂഗിൾ ദൈവം

ഷാർലെറ്റ് പി. മാത്യു

notionpress
.com

INDIA • SINGAPORE • MALAYSIA

ISBN 979-8-89724-589-5

ഷാർലെറ്റ് പി. മാത്യു

ടീനേജ് യൂത്ത് ഫാമിലി വാല്യൂ സെമിനാറുകൾ, ടോപിക് ബേസ്ഡ് ക്വിസ് ട്രെയിനിങ്ങ് പ്രോഗ്രാമുകൾ, സൺഡേസ്ക്കൂൾ റ്റീച്ചിങ്ങ് ഇഷ്ട മേഖലയാണ്.

Carestream, Johnson & Johnson Medical, Tulip Diagnostics എന്നീ മൾട്ടിനാഷണൽ ഹെൽത്ത്കെയർ സ്ഥാപനങ്ങളിലായി 23 വർഷത്തെ പ്രവൃത്തിപരിചയം. മൈക്രോബയോളജിയിൽ ബിരുദം. ഐ ഐ എം (കൽക്കട്ട)ൽ നിന്ന് അഡ്വാൻസ്ഡ് പ്രോഗ്രാം ഇൻ സെയിൽസ് ആൻഡ് മാർക്കറ്റിങ്ങിലും, ഹഗ്ഗായി ഇൻസ്റ്റിറ്റ്യൂട്ട് (ഹവായ് യു എസ് എ)ൽ നിന്ന് ഹഗ്ഗായി ലീഡർഷിപ് എക്സ്പീരിയൻസിലും, Lean Six Sigma – Yellow Belt സർട്ടിഫിക്കേഷനും നേടിയിട്ടുണ്ട്. ശാരോൺ ഫെല്ലോഷിപ്പ് ചർച്ചിലെ ശുശ്രൂഷകനുമാണ്.

പരേതനായ തോമസ് മാത്യുവും ഏലിക്കുട്ടി മാത്യുവും മാതാപിതാക്കൾ.

ഭാര്യ ലിന്റാ ഡാനി ജോസഫ് യൂത്ത് വർക്കറും കൗൺസലിങ് സൈക്കോളജിസ്റ്റുമാണ്.

മറ്റു കൃതികൾ

വാട്സാപ് ചിന്തകൾ

സെൽഫി സുവിശേഷങ്ങളിലൂടെ മത്തായിക്കും മർക്കോസിനുമൊപ്പം

ബ്രോയുടെ സുഭാഷിതങ്ങൾ

His Signature

<u>Special Thanks</u>

Cover Design: **Corindians Corporate Pvt.ltd**

Kottarakkara, Kerala

Proof reading, Editing & Cartoons: **Jaimohan Athirumkal**

Malayalam DTP works: **Ebenezer Printpack (P) Ltd**

Thrissur - 680 012, Kerala

മുഖവുര

റോമാസാമ്രാജ്യത്തിലെ സഭകൾക്കു കത്തെഴുതിയപ്പോൾ പൗലോസ് കുറിച്ചുവച്ചു.

"പരിഷ്കൃതരോടും അപരിഷ്കൃതരോടും വിദ്യാസമ്പന്നരോടും വിദ്യാവിഹീനരോടും എനിക്ക് ഉത്തരവാദിത്വമുണ്ട്" (റോമർ 1:14 MCV).

എന്റെ ഹൃദയതാളവും ഞാനിവിടെ കുറിച്ചുവയ്ക്കട്ടെ.

ടീനേജുകാരോടും യൂത്തന്മാരോടും പ്രഫഷനലുകളോടും ഫാമിലികളോടും ഞാൻ കടപ്പെട്ടിരിക്കുന്നു.

എനിക്ക് ഉത്തരവാദിത്വമുണ്ട്!

സ്നേഹപൂർവ്വം

നിങ്ങളുടെ സ്വന്തം ബ്രോ

പുസ്തകാഭിപ്രായം

ഈ മനോഹരമായ പുസ്തകത്തിലൂടെ കടന്നുപോകുമ്പോൾ ഞാൻ ചിന്തിച്ചത് ഇന്നത്തെ നമ്മുടെ യുവാക്കൾക്ക് ഇത് എത്രത്തോളം പ്രസക്തമാണെന്നാണ്.

ഓരോ അധ്യായവും ജനറേഷൻ ആൽഫയ്ക്കും ജൻസിക്കും മില്ലേനിയൽസിനും പ്രയോജനം ചെയ്യും, മാധ്യമങ്ങളും മയക്കുമരുന്നുകളും സംഗീതവും സൃഷ്ടിക്കുന്ന കെണികൾ ഷാർലെറ്റ് പി മാത്യു തുറന്നുകാട്ടുകയും മികച്ച ബദൽ മനോഹരമായി വിവരിക്കുകയും ചെയ്യുന്നു. പ്രശ്നങ്ങളെക്കുറിച്ചുള്ള പ്രസ്താവനകൾ മാത്രമല്ല, പരിഹാരവും ഈ പുസ്തകത്തിന്റെ പ്രത്യേകതയാണ്.

ഞാൻ ഹൃദ്യമായി ചിരിച്ച നിമിഷങ്ങൾ ഇതിലുണ്ട്; എഴുത്തുകാരൻ അഗാധമായ സത്യങ്ങൾ ലഘുവായ നർമ്മത്തിലൂടെ സമർത്ഥമായി പറഞ്ഞിരിക്കുന്നു. ഇന്നത്തെ തലമുറയോട് പ്രതിധ്വനിക്കുന്ന ശൈലി യിൽ എഴുതിയിരിക്കുന്ന ഓരോ വിഷയവും അതിന്റെ വിശദീകര ണവും ദൃഢമായ ബൈബിൾ ദൈവശാസ്ത്രത്തിൽ ഉറച്ചുനിൽക്കു ന്നതുകൊണ്ടു ആകർഷകമാണ്.

മാതാ പിതാ ഗൂഗിൾ ദൈവം എന്ന പുസ്തകം യുവാക്കൾ, രക്ഷി താക്കൾ, സൺഡേ സ്കൂൾ അധ്യാപകർ, സ്കൂൾ അധ്യാപകർ എന്നിവ രിൽ ഒരുപോലെ പ്രതിധ്വനിക്കുന്നു, ഇത് എല്ലാവരും നിർബന്ധമായും വായിക്കേണ്ടതാണ്. ആധുനികയുഗത്തിന്റെ വെല്ലുവിളികളെ വ്യക്തത യോടും അനുകമ്പയോടും കൂടി അഭിസംബോധന ചെയ്യുകയും, സുവിശേഷത്തിന്റെ കാലാതീതമായ സത്യങ്ങളിലേക്ക് വായനക്കാരെ സൗമ്യമായി നയിക്കുകയും ചെയ്യുന്ന ഷാർലെറ്റിന്റെ ഇന്നത്തെ യുവജനങ്ങളോടുള്ള ആഴമായ അഭിനിവേശം എല്ലാ പേജുകളിലും പ്രതിഫലിക്കുന്നുണ്ട്.

ആശംസകളോടെ,

ഡിസംബർ 31, 2024   **ചെറി ജോർജ് ചെറിയാൻ**

പുസ്തകാഭിപ്രായം

All I could think of while going through this beautiful book was how relevant it is for our youth today.

Every single chapter will benefit the Gen Alpha, Gen Z and millennials, Exposing the traps posed by media, drugs and music, Sharlet P Mathew beautifully describes the better alternative. Not just the problem statement, but also the solution is highlighted in this book.

There are times when I had a good laugh; the author skillfully conveyed profound truths through lighthearted humor. Written in a style that resonates with today's generation, each topic and illustration is captivating while being firmly rooted in solid biblical theology.

The book "Mathaa Pithaa Google Daivam" resonates with youth, parents, Sunday school teachers, and school teachers alike, making it a must-read for all. Sharlet's deep passion for today's youth reflects through every page as he addresses the raw challenges of the modern era with clarity and compassion, gently steering readers towards the timeless truths of the Gospel.

Regards,

Cherry.

31st Dec 2024

പുസ്തകാഭിപ്രായം

ഷാർലെറ്റ് പി മാത്യുവിന്റെ ക്രിയേറ്റീവ് ആയിട്ടുള്ള ചിന്തകളിൽനിന്ന് ഉരുത്തിരിഞ്ഞു വന്ന എല്ലാ പുസ്തകങ്ങളും യുവജനങ്ങൾക്ക് ഇന്നത്തെ കാലഘട്ടത്തിന്റെ വെല്ലുവിളികളെ നേരിടുവാൻ ശക്തമായ വഴികാട്ടിയാണ്. ഏറെ മികച്ചതും കാലികപ്രസക്തവും യുവജനതയുടെ ഭാഗത്തുനിന്ന് അവരുടെ ഭാഷാശൈലിയിൽ ത്തന്നെ രൂപപ്പെടുത്തിയിരിക്കുന്നതുമാണ് അദ്ദേഹത്തിന്റെ ഓരോ ചിന്തയും.

നമ്മളുടെ സഭകളിലെ കൗമാരക്കാരും അവരുടെ മാതാപിതാക്കളും ചോദിക്കുവാൻ ഏറെ ആഗ്രഹിക്കുന്നതും എന്നാൽ, ചോദിക്കുവാൻ കഴിയാതെപോകുന്നതുമായ ചോദ്യങ്ങളും അവയുടെ ഉത്തരങ്ങളും 'മാതാ പിതാ ഗൂഗിൾ ദൈവം' എന്ന ഈ പുസ്തകം തികഞ്ഞ വൈഭവ ത്തോടെ കൈകാര്യം ചെയ്യുന്നു.

സൈബർ ലോകത്തിന്റെ മായികപ്രപഞ്ചവും വിഷലിപ്തമായ സൗഹൃദങ്ങളും മൂല്യങ്ങളില്ലാത്ത കുടുംബബന്ധങ്ങളും പൈശാചിക തയുടെ ഇരുട്ടിലേക്ക് ഒരുപറ്റം തലമുറയെ തള്ളിയിടുവാൻ ശ്രമിക്കു മ്പോൾ, ഒരു വഴി വിളക്കും ദീപശിഖയുമായി ദൈവികപാതയിലേക്ക് അവരെ നയിക്കുവാൻ ഈ പുസ്തകത്തിലെ ഓരോ ചിന്തയും മുഖാന്തരമാകട്ടെ. ഇളം തലമുറകൾക്കു നന്മ പകരുവാൻ, ഷാർലെറ്റ് ബ്രദറിനെ ഇനിയും ദൈവം ശക്തമായി ഉപയോഗിക്കട്ടെ!

ഡിസംബർ 31, 2024   **ഡോ. സജികുമാർ കെ പി**

ഉള്ളടക്കം

പേജ് നമ്പർ

1

നിങ്ങളുടെ സ്വന്തം നിബു

എന്റെ ബയോഡേറ്റ

നിബുമോൻ എന്ന ഞാൻ ആരാണെന്നോർത്തു ടെൻഷ നടിക്കേണ്ടാ!

നിബു എന്റെ ഓമനപ്പേരാണ്! സർട്ടിഫിക്കറ്റിലെ പേര് നിർമ്മിത ബുദ്ധി എന്നാണ്.

ഇംഗ്ലിഷ് പാസ്പോർട്ടിൽ ആർട്ടിഫിഷ്യൽ ഇന്റലിജൻസ് (Artificial Intelligence) എന്നും പെറ്റ് നെയിം എ ഐ (AI)എന്നുമാണ്.

കടൽത്തീരത്തെ മണൽത്തരികളെക്കാളധികം ഗാഡ്ജറ്റുകൾ ഉള്ള കാലത്തു ജീവിക്കുന്ന നിങ്ങൾക്ക് എന്നെക്കൂടാതെ ജീവിക്കാൻ കഴിയില്ലെന്ന തിരിച്ചറിവുള്ളതു നല്ലതായിരിക്കും. ഞങ്ങളുടെ

11

നിന്ന് ഒരു ബൂമ് അടുക്കുമോന്നാ പേടി— ന്യൂഡിറ്റ്...
IT EXHIBITION

കുടുംബക്കാരെല്ലാവരും ടെക്നോളജി ഭാഷയിൽ ലളിതമായി പറഞ്ഞാൽ, നിങ്ങളുടെ ബ്രെയിനിലെ ന്യൂറോണുകളുടെ സോഫ്റ്റ് വെയർ ഡ്യൂപ്പുകളാണ്.

എന്റെ കുടുംബത്തിലെ ചാറ്റ് ജി പി ടി പയ്യനെയും അലക്സാ കൊച്ചിനെയും വിവിധ ചാറ്റ് ബോട്ട് കുട്ടികളെയും നിങ്ങൾ ഈയിടയ്ക്കു പരിചയപ്പെട്ടെന്നറിയാം. ജി.പി.എസും ഫേസ് റെക്കഗ്നിഷൻ ഓപ്ഷനും സോഷ്യൽ മീഡിയയും ഇവരിൽ നിങ്ങൾക്കു പരിചയമുള്ള സീനിയേഴ്സ് ആണ്. ഇനിയും നമ്മുടെ കുടുംബത്തിലെ പുതിയ പിള്ളേർസെറ്റ് വന്നുകൊണ്ടേയിരിക്കും.

ഓൺലൈൻ ഗെയിമുകളിലും ബാങ്കിങ്ങിലും ഫോട്ടോ എഡിറ്റിങ്ങി ലുമൊക്കെ ഞങ്ങളുടെ കുടുംബക്കാരില്ലാതെ മനുഷ്യർക്കു ജീവിക്കു വാൻ സാധിക്കില്ല. കൃഷിയിലും ശൂന്യാകാശത്തും യുദ്ധത്തിലും കസ്റ്റമർ കെയർ സർവിസുകളിലും സർജറിയിലും നിർമാണമേഖല യിലും എഴുത്തിലും എഡിറ്റിങ്ങിലും ഞങ്ങൾ അനിവാര്യഘടകമാണ്.

മുതിർന്നവരുടെ ശ്രദ്ധയ്ക്ക്

നൂറുവർഷം മുൻപ് രാജഭരണമുള്ള കാലത്ത് ജനാധിപത്യം വരുമെന്നു പറഞ്ഞാൽ, നിങ്ങൾക്കു ചിന്തിക്കാൻ പറ്റുമായിരുന്നോ?

അൻപതു വർഷം മുൻപ് മൊബൈൽ ഫോണിലൂടെ കാശു കൊടുക്കാനും ഫോട്ടോയെടുക്കാനും പറ്റുമെന്നു കേട്ടാൽ നിങ്ങൾക്കു വിശ്വസിക്കാൻ കഴിഞ്ഞിരുന്നോ?

ഓരോ പുതിയ കണ്ടുപിടിത്തവും ലോകത്തെ മാറ്റിക്കൊണ്ടി രിക്കും.

ആഴ്ചയിൽ ഒരു ദിവസം മാത്രം ശക്തിമാനും ചിത്രഗീതവും ബൈബിൾ പരമ്പരയും ജയന്റ് റോബർട്ടും മഹാഭാരതവും ദൂരദർശ നിലൂടെ കണ്ടുകൊണ്ടിരുന്ന മുതിർന്നവർക്കറിയാം മാറ്റത്തിന്റെ വേഗം!

ടേപ്പ് റെക്കോർഡറിൽ ഒരു കാസറ്റ് നിരവധി തവണ പാട്ടും പ്രസംഗവും ആവർത്തിച്ചു കേട്ടവരും വി സി ആറിലും സി ഡിയിലു മൊക്കെ ചിത്രങ്ങൾ കണ്ടവരുമായ നിങ്ങൾക്കറിയാം കാലത്തിന്റെ ഗതിവേഗം!

സെക്കൻഡുകൾ നീളുന്ന ഷോർട്സും റീൽസുമൊക്കെ ഫോക്കസ് ചെയ്യുന്ന പുതിയ ജനറേഷനും സൂപ്പർസോണിക് വേഗത്തിൽ പായുന്ന മാറ്റത്തിന്റെ വേഗം തിരിച്ചറിയുന്നുണ്ട്.

ആർട്ടിഫിഷ്യൽ ഇന്റലിജൻസ് ഇക്കാലത്ത് തികച്ചും സ്വാഭാവിക മായ ഒരു സംഭവമായി മാറുകയാണ്. ഏതാണ്ട് 77% ഉപകരണങ്ങളും ഇന്ന് എ ഐ സാങ്കേതികവിദ്യ ഉപയോഗിക്കുന്നു.

ചാറ്റ് ബോട്ടുകൾ

സംഭാഷണവും നിർദേശങ്ങളുമായി ഒരു വൈകാരിക അടുപ്പം തന്നെ സൃഷ്ടിച്ചെടുത്ത സിരിയും അലക്സായും മനുഷ്യന്റെ ഏറ്റവും അടുത്ത കൂട്ടുകാരാണ്. ചാറ്റ് ജി പി ടി സൃഷ്ടിച്ച കൊടുങ്കാറ്റിന്റെ തീവ്രത ഇനിയും കൂടാനിരിക്കുന്നതേയുള്ളൂ. ഏതു സംശയവും തീർക്കുവാനും ഏതു കാര്യവും പഠിക്കുവാനും ചാറ്റ് ബോട്ടുകളെ ആശ്രയിക്കുന്നത് സ്വാഭാവികമായി മാറിയിരിക്കുന്നു.

പെറ്റ് ബോട്ടുകൾ

ടെക് കമ്പനികൾ അടുത്തിടെ വിപണിയിൽ കൊണ്ടുവന്നിട്ടുള്ള എ ഐ അടിസ്ഥാനമാക്കിയുള്ള *പെറ്റ് ബോട്ടുകൾ* (വെർച്വൽ വളർത്തുമൃഗങ്ങൾ) മറ്റൊരു കണ്ടുപിടിത്തമാണ്. ഓമനമൃഗങ്ങളുമായി വൈകാരികബന്ധം ആഗ്രഹിക്കുന്നവർക്കുള്ളതാണ് *പെറ്റ് ബോട്ടുകൾ*. എമുലേറ്ററിലോ സോഫ്റ്റ്‌വെയർ രൂപത്തിലോ വെർച്വൽ വളർത്തു മൃഗങ്ങൾ ലഭ്യമാണ്. വളർത്തുമൃഗങ്ങളെപ്പോലെ വൃത്തിയാക്കാനും പരിപാലിക്കാനുമുള്ള ബുദ്ധിമുട്ടുകളില്ല. അവയുടെ രോമത്തോട് അലർജിയുള്ളവർക്കും ഇതൊരു പോംവഴിയാണ്.

ശ്രദ്ധിക്കുക

യന്ത്രനിയന്ത്രണം തരുന്ന സൗകര്യങ്ങളും പ്രയോജനങ്ങളും വിലമതിക്കുമ്പോൾത്തന്നെ ശ്രദ്ധിക്കേണ്ടുന്ന ചില വസ്തുതകളുണ്ട്:

- മനുഷ്യരാശിയെ കൊല്ലാനും കൊള്ളയടിക്കാനും സൃഷ്ടി ക്കുന്ന അൽഗോരിതങ്ങളുടെയും ഉൽപ്പന്നങ്ങളുടെയും അടിമയാകരുത്.

- കംപ്യൂട്ടറുകൾ ജനറേറ്റ് ചെയ്യുന്ന ആശയങ്ങൾ മാത്രം കോപ്പി പേസ്റ്റ് ചെയ്ത് വിദ്യാർത്ഥികൾ അവരുടെ സത്തയും ക്രിയാത്മകതയും നഷ്ടപ്പെടുത്തിക്കളയരുത്.

- കംപ്യൂട്ടറുകൾ സൃഷ്ടിക്കുന്ന മായാമനുഷ്യരെ സ്നേഹിച്ചിട്ട് അടുത്തുള്ള പ്രിയപ്പെട്ടവരെ സ്നേഹിക്കുവാൻ നിങ്ങൾ മറന്നു പോകരുത്.

- അനുഭവങ്ങളുടെ കണ്ണുനീർവീണ കടലാസ്സിൽ എഴുതിയ ചിന്തകളും ആശയങ്ങളും, ആനന്ദത്തിന്റെയും പ്രത്യാശ യുടെയും സ്നേഹത്തിന്റെയും നിമിഷങ്ങളിൽ രചിച്ച സംഗീതവും, ഉത്സാഹത്തോടെ നൈസർഗികമായ കഴിവിൽ വരയ്ക്കുന്ന ചിത്രങ്ങളും അന്യമായിപ്പോകരുത്.

- അസന്മാർഗികതയെ പ്രോത്സാഹിപ്പിക്കുന്നതും കുടുംബ ബന്ധങ്ങളുടെ മൂല്യം നശിപ്പിച്ചുകളയുന്നതുമായ ഇമേജു കളുടെയും സൃഷ്ടികളെയും ഉപഭോക്താവാകരുത്.

പ്രാർത്ഥിക്കുക

ബൈബിളിൽ, 1 തിമോത്തിയോസ് 2:2 ൽ, എഴുത്തുകാരന്റെ വാക്കുകൾ ഇങ്ങനെയാണ്: "നാം പ്രശാന്തവും സമാധാനപൂർണവും ഭയഭക്തിയുള്ളതും അന്തസ്സുറ്റതുമായ ഒരു ജീവിതം നയിക്കാൻ സാധിക്കേണ്ടതിന് രാജാക്കന്മാർക്കുവേണ്ടിയും ഉന്നതാധികാരി കൾക്കുവേണ്ടിയും പ്രാർഥിക്കുക."

കോർപറേറ്റുകളും ഭരണകൂടങ്ങളും കുബുദ്ധികളും, നിർമ്മിത ബുദ്ധിയെ തങ്ങൾക്കിഷ്ടമുള്ളതുപോലെ സ്വാർത്ഥമായി മാത്രം ഉപയോഗിക്കാതിരിക്കുവാൻ പ്രാർത്ഥിക്കുക.

സമാധാനത്തെയും സ്വസ്ഥതയെയും സ്നേഹത്തെയും ബാധിക്കുന്ന സൈബർ യുദ്ധങ്ങളും, വ്യാജവും തിന്മയും ലൗകികത യുമൊന്നും നിർമിതബുദ്ധിയിലൂടെ സൃഷ്ടിക്കാതിരിക്കുവാനും പരക്കാതിരിക്കുവാനും പ്രാർത്ഥിക്കുക.

പാപത്തിന്റെ അൽഗോരിതത്തിനടിമപ്പെട്ട് മനുഷ്യജീവിത ത്തിന്റെ താളം തെറ്റാതിരിക്കുവാൻ പ്രാർത്ഥിക്കുക.

ഏതു ടെക്നോളജിയും, വ്യക്തികളുടെയും കുടുംബങ്ങളുടെയും രാജ്യങ്ങളുടെയും സമാധാനവും ശാന്തതയും ദൈവികതയും വിശുദ്ധിയും വർദ്ധിപ്പിക്കുവാൻ ഉതകുവാൻ പ്രാർത്ഥിക്കുക! പ്രയത്നിക്കുക.

അടിസ്ഥാനപരമായി, ഈ ലോകത്തിന്റെ അൽഗോരിതങ്ങളുടെ നിയന്ത്രണത്തിലല്ല, ആത്മാവിന്റെ നിയന്ത്രണത്തിൽ ജീവിക്കുവാൻ ആഗ്രഹിക്കുകയും പ്രാർത്ഥിക്കുകയും ജീവിക്കുകയും ചെയ്യുക.

ശ്രദ്ധാപൂർവ്വം

നിങ്ങളുടെ സ്വന്തം നിബുമോൻ

2

എം ഡി എം എ
(മാസ്റ്റേഴ്സ് ഡിഗ്രി ഇൻ മയക്കുമരുന്ന് അഡിക്ഷൻ)

2022 ഓഗസ്റ്റിൽ കേട്ട നിലവിളി

"നിന്നോടു ഞാൻ നിർത്താൻ പറഞ്ഞതല്ലേ!"

"നീ എന്നെ ചതിക്കുകയായിരുന്നു."

കോതമംഗലം നെല്ലിക്കുഴി സ്വദേശിനിയായ യുവതിയുടെ കരച്ചിൽ കേരളം കേട്ടു.

2022 ഡിസംബറിൽ കണ്ട ഇന്റർവ്യൂ

"മയക്കുമരുന്നു കഴിച്ചാൽ
കബഡി കളിക്കുവാൻ കൂടുതൽ ഫിറ്റ്നസ് കിട്ടും."

വടകരയിലെ എട്ടാം ക്ലാസുകാരിയുടെ വാക്കുകൾ കേരളം കേട്ടു.

കേരളത്തിലെ ചില കണക്കുകൾ

മയക്കുമരുന്നു കേസുകൾ

2020 ൽ 4650 കേസ്

2021 ൽ 5334 കേസ്

2022 ൽ 18986 കേസ് (സെപ്റ്റംബർ വരെ)

അറസ്റ്റിലായവർ

2020 ൽ 5674 പേർ

2021 ൽ 6704 പേർ

2022 ൽ 18743 പേർ (സെപ്റ്റംബർ വരെ)

"ഗോഡ്സ് ഓൺ കൺട്രി" ഇപ്പോൾ "ഡ്രഗ്സ് ഓൺ കൺട്രി" കൂടെയാണ് എന്ന യാഥാർഥ്യം നമ്മെ ഞെട്ടിപ്പിക്കുന്നതാണ്. എല്ലാ

16

ദിവസങ്ങളിലെയും പത്രം വായിക്കുന്ന നമുക്കറിയാം. സംഭവങ്ങളുടെ കണക്കുകൾ ഗുരുതരമായിക്കൊണ്ടിരിക്കുന്നു. 12 വയസ്സുമുതലുള്ളവർ ഇതിന്റെ അടിമകളായി മാറുന്നു. പുരുഷന്മാർക്കൊപ്പം ധാരാളം സ്ത്രീകളും വാർത്തകളിൽ ഇടം പിടിക്കുന്നു.

കാരണങ്ങൾ

കണക്കുകളിലെ ഈ അമിതമായ വർദ്ധനയ്ക്ക് പല കാരണ ങ്ങളുണ്ട്.

1. സ്വാതന്ത്ര്യം

ഇന്നത്തെ യുവത്വത്തിന്റെ പഠനവും തൊഴിലും, ഗ്രാമങ്ങളിൽ നിന്നു പട്ടണങ്ങളിലേക്കും രാജ്യങ്ങളിലേക്കും, വീട്ടിൽനിന്ന്

ഹോസ്റ്റലുകളിലേക്കും മെട്രോ നഗരങ്ങളിലേക്കും പറിച്ചു നട്ടിരി
ക്കുന്നു. ലഭിക്കുന്ന സ്വാതന്ത്ര്യം ഉത്തരവാദിത്വത്തോടെ വിനിയോഗി
ക്കുവാൻ മറന്നുപോകുമ്പോൾ, പലരും കെണികളിൽ ചെന്നു ചാടുന്നു.
അതുപോലെ, ടീനേജ് പ്രായത്തിൽ പൗരുഷം പ്രകടിപ്പിക്കുവാൻ
ലഹരിയാണ് മികച്ച മാർഗമെന്ന തെറ്റായ ഉപദേശങ്ങൾ ചിലർ
ഏറ്റെടുക്കുന്നു.

2. ലൈക് ഫാക്ടർ

മ്യൂസിക്, ഡാൻസ്, റേവ് പാർട്ടികളിലെ മുന്തിയ ഇനമാണ് മെത്
അല്ലെങ്കിൽ എം ഡി എം എ യെന്ന് ഉപയോഗിച്ചവർ പറയുന്നു. എം
അടിച്ചാൽ നീണ്ട നേരം സജീവമായിരിക്കാൻ പറ്റും, ഒരു ഗ്രാം
അടിച്ചാൽ 12 മണിക്കൂർ മുതൽ 16 മണിക്കൂർവരെ ഒടുക്കത്തെ
എനെർജിയാണ്. വികാരങ്ങളിൽ മാറ്റം വരുത്തും. തുടർച്ചയായി
ലൈംഗികബന്ധത്തിൽ ഏർപ്പെടാൻ പറ്റും. ഇതുമായി ബന്ധപ്പെട്ട
ഒരു വീഡിയോയുടെ കമന്റ് ബോക്സിൽ, ഫുൾ ഫോംപോലെ ഒരാൾ
രേഖപ്പെടുത്തിയ വാചകങ്ങളാണ് എം ഡി എം എ (മാസ്റ്റേഴ്സ് ഡിഗ്രി
ഇൻ മയക്കുമരുന്ന് അഡിക്ഷൻ)

3. കൂട്ടുകാരുടെ സമ്മർദ്ദം

ഒരു ബിയർ അടിച്ചാൽ, 2 പെഗ് അടിച്ചാൽ ഒടുക്കത്തെ
കോൺഫിഡൻസ് കിട്ടും, സഭാകമ്പം മാറും എന്നൊക്കെ ഉപദേശി
ക്കുന്നവരുണ്ട്. അതുപോലെ എം അടിക്കുമ്പോൾ സംഭവിക്കുമെന്നു
കൂട്ടുകാരും ഏജന്റുമാരും പറയുമ്പോൾ വിശ്വസിച്ചു പോകുന്നവരാണ്
മിക്കവരും. കൂട്ടുകാർ ജ്യൂസ് നൽകിയും ബിസ്ക്കറ്റ് നൽകിയും ആണ്
പലരെയും ആദ്യം വീഴ്ത്തുന്നത്. പരീക്ഷയെഴുതുമ്പോൾ വാരി
വലിച്ചെഴുതാൻ ഒടുക്കത്തെ കോൺഫിഡൻസ് കിട്ടുമെന്നാണ് ചില
വിദ്യാർത്ഥികളുടെ അഭിപ്രായം.

4. സൗജന്യമെന്ന തന്ത്രം

ആദ്യത്തെ ഡോസ് എപ്പോഴും സൗജന്യമായിരിക്കും. ആൾ വീണു
കഴിഞ്ഞാൽ സൗജന്യം നിർത്തും. പെൺകുട്ടികൾക്ക് സുഹൃത്തോ
കാമുകനോ ആയിരിക്കും പൊതുവേ നൽകുന്നത്. ലഹരിയുടെ കിക്ക്
ഒരിക്കൽ തലയ്ക്കു പിടിച്ചാൽ, പിന്നെ രക്ഷപെടാൻ കഠിനപ്രയത്നം
വേണ്ടിവരും. രക്ഷപെടാത്തവരുടെ ലോകം വഴി ലഭിക്കുന്ന കച്ചവട
ത്തിന്റെയും സുഖത്തിന്റെയും ലാഭം മാത്രമായിരിക്കും ഇതിന്റെ

പിന്നിലെ സൂത്രധാരന്മാരുടെ ലക്ഷ്യം. ഒരു കിലോ കഞ്ചാവു വിറ്റാൽ കിട്ടുന്നതിലും ലാഭം 10 ഗ്രാം *എം* വിറ്റാൽ കിട്ടുമെന്നുള്ളത് ഈ സിന്തറ്റിക് ഡ്രഗ് ബിസിനസിന്റെ ആകർഷണമാണ്.

5. വീട്ടിലെ ചുറ്റുപാടുകൾ

മാതാപിതാക്കളിൽനിന്നു സ്നേഹം ലഭിക്കാത്തവർ, വീട്ടിലെ കലഹങ്ങൾ കണ്ടു വളരുന്നവർ, വിവാഹമോചിതരായ മാതാപിതാ ക്കളുടെ മക്കൾ, ഒന്നും രണ്ടും ദിവസം വീട്ടിൽ വന്നില്ലെങ്കിലും എവിടെയായിരുന്നു എന്നു ചോദിക്കാത്ത മാതാപിതാക്കളുള്ളവർ, ഉത്തരവാദിത്വമില്ലാത്ത കൂട്ടുകാർ പറയുന്നതു മാത്രമാണ് ലോകം എന്നു ചിന്തിക്കുന്നവർ, വീടും നാടും വിട്ടു മാറി നിൽക്കുമ്പോൾ സുഖങ്ങൾ ശരിക്കും ആഘോഷിക്കണമെന്നു ചിന്തിക്കുന്നവരൊ ക്കെയാണ് പൊതുവേ ഈ കെണികളിൽ അകപ്പെടാറുള്ളത്.

6. എജ്യൂക്കേഷൻ പ്രഫഷണൽ സമ്മർദ്ദം

മണിക്കൂറുകൾ നീളുന്ന പഠനമുണ്ടാക്കുന്ന സമ്മർദ്ദം കുറയ്ക്കുവാ നായിതു ഉപയോഗിക്കുന്നവർ ഉണ്ട്. കോയമ്പത്തൂരിലെ ചാവടിയിൽ നിന്നു പോലീസ് പിടിച്ച എം ബി ബി എസ് വിദ്യാർത്ഥിനി പറഞ്ഞത് ഉദാഹരണമാണ്. ആദ്യം ലഭിച്ച സുഹൃത്തിൽനിന്നു ലഭിക്കാതെ വന്നപ്പോൾ, പുതിയ സുഹൃത്തുക്കളെ തേടി മകൾ മറ്റു സംസ്ഥാന ങ്ങളിലൊക്കെ പോയത് ആദ്യം മാതാപിതാക്കൾക്കു വിശ്വസിക്കാനാ യില്ല. വിദേശത്തു ചില വർഷങ്ങൾക്കുമുൻപു നടന്ന സർവേയിൽ, സ്റ്റാൻഫഡ് (Stanford) യൂണിവേഴ്സിറ്റിയിലെ മൂന്നിലൊന്നു വിദ്യാർഥി കൾ പറഞ്ഞത് എം ഡി എം എ യാണ് തങ്ങളുടെ പോപ്പുലർ ചോയ്സ് ആയ ലഹരിവസ്തുവെന്നാണ്.

ഉത്സാഹമുണ്ടാക്കും, ഓർമ്മയുണർത്തും, സർഗാത്മകത വർദ്ധി പ്പിക്കും എന്നൊക്കെപ്പറഞ്ഞ് ഇന്നും വിദ്യാർത്ഥികളെ ഈ വില്ലൻ നശിപ്പിച്ചുകൊണ്ടിരിക്കുന്നു.

7. സെലിബ്രിറ്റി സ്വാധീനത

അനുകരണശീലം മനുഷ്യന്റെ, പ്രത്യേകിച്ചും മലയാളിയുടെ രക്തത്തിലുണ്ട്. സിനിമകളിലും വെബ് സീരീസുകളിലും ലഹരിയുടെ സീനുകൾ മാസ് സ്റ്റൈലിൽ കാണിക്കുന്നത് നിരവധിയാളുകളെ പ്രത്യേകിച്ചും ബുദ്ധിവളർച്ച പൂർണതയിൽ എത്തിയിട്ടില്ലാത്ത ടീനേജുകാരെ വഴി തെറ്റിക്കാറുണ്ട്. 2020 സെപ്റ്റംബറിൽ *ദ് വീക്ക്*

മാഗസിനിൽ ബോളിവുഡിനെ ബോളിവീഡ് (bollyweed) എന്നു പരാമർശിച്ചുകൊണ്ടുവന്ന വാർത്ത, സെലിബ്രിറ്റി ലോകത്തിലെ ലഹരിയെക്കുറിച്ചായിരുന്നു.

സഭകളുടെയും മാതാപിതാക്കളുടെയും അറിവിലേക്ക്

● യൂത്ത് ക്യാമ്പുകളിലെ ചോദ്യങ്ങളുടെ ബോക്സുകളിൽ ഒരു പ്രാവശ്യം മയക്കുമരുന്ന് ഉപയോഗിച്ചാൽ കുഴപ്പമുണ്ടോ? മയക്കുമരുന്നിൽനിന്ന് എങ്ങനെ രക്ഷപെടാൻ കഴിയും എന്ന ചോദ്യങ്ങൾ പ്രത്യേകിച്ചും കഴിഞ്ഞ 4 വർഷമായി നിരവധി തവണ കണ്ടിട്ടുണ്ട് (കുടുംബങ്ങളും സമൂഹവും ഈ കുട്ടികളെ തിരിച്ചറിയണം! അവരെ കരുതണം! അവരെ രക്ഷിക്കണം)

● കഞ്ചാവ് ഒരു സസ്യമല്ലേ.. i mean vegetarian.. എന്നു ചോദിച്ച പിള്ളേരെ നമ്മുടെയിടയിൽ കണ്ടിട്ടുണ്ട് (അവരുടെ അഭിപ്രായങ്ങളിലെ ലാഘവത്വം അപകടകരമാണ്! അവരെ ശരിക്കും സ്നേഹപൂർവ്വം, ബുദ്ധിപൂർവം ബോധവത്ക്കരി ക്കണം).

● നിനക്കു വേണോ? ...വേണമെങ്കിൽ ഇപ്പൊ അറേഞ്ച് ചെയ്യാമെന്നു കൂട്ടുകാർ ക്ലാസ്സിൽ പറയാറുണ്ടെന്നു നമ്മുടെ സഭകളിലെ പെൺകുട്ടികൾ പറയാറുണ്ട് (സ്കൂളുകളിലും കോളേജുകളിലും പോകുന്ന കുട്ടികളുടെ തീരുമാനങ്ങൾ ഏറ്റവും നന്നായിരിക്കുവാനുള്ള ബോധവത്ക്കരണം എന്നും നാം കൊടുക്കണം)

● ചർച്ചിൽ വരുമ്പോൾ ആരാധിക്കുകയും ഹോസ്റ്റലിൽ ചെല്ലുമ്പോൾ *എം* അടിക്കുകയും ചെയ്യുന്ന ഓസ്കാർ അഭിനയക്കാർ നമ്മുടെയിടയിൽ ഉണ്ടെന്നു പറഞ്ഞിട്ടുള്ള ബോയ്സിനെ കണ്ടിട്ടുണ്ട് (സഭയ്ക്കകത്തും വീട്ടിലുമുള്ള കപടഭക്തിയും ദ്രവ്യാഗ്രഹവും സ്വഭാവദുഷ്യ്യവും പൊളിറ്റിക്സും കളിക്കുന്ന മുതിർന്ന അഭിനയക്കാരെ കണ്ടാണ് ഞങ്ങൾ ഇതു പഠിച്ചതെന്നു പറയുമ്പോൾ, ഉത്തരം മുട്ടിപ്പോകുന്നത് പലപ്പോഴും നമുക്കാണ്).

● വെള്ളാരങ്കല്ലുപോലുള്ള ഈ സിന്തറ്റിക് വില്ലന് അടിമയായി, ഇപ്പോൾ ഡ്രഗ് അഡിക്ഷൻ സെന്ററിൽ കഴിയുന്ന, വളരെ

മിടുക്കനായ കുട്ടിയുടെ (അവനെ നന്നായി വളർത്തിയ), മാതാപിതാക്കളുടെ കണ്ണുനീർ ഞാൻ കണ്ടിട്ടുണ്ട് (മക്കളെ ശ്രദ്ധിക്കുന്നതു ചെറുതായിട്ടൊന്നു മാറിയാൽ, സ്നേഹ ത്തിന്റെ ശിക്ഷണം കൊടുക്കുന്നതു അല്പമൊന്നു കുറഞ്ഞാൽ ഇങ്ങനെയൊക്കെ സംഭവിക്കുമ്പോൾ, ഒട്ടും ശ്രദ്ധിക്കാതിരുന്നാൽ, വല്ലപ്പോഴും മാത്രം ശ്രദ്ധിച്ചാൽ എന്തായിരിക്കും സംഭവിക്കുന്നത്).

ഈ കാരണങ്ങൾകൊണ്ട് സഭകളും ലീഡർഷിപ്പുകളും തിരിച്ചറി യണം. വർഷത്തിലെ ഒരു ക്യാമ്പ് പോരാ! സണ്ടേസ്കൂൾ തട്ടിക്കൂട്ടി നടത്തിയാൽ പോരാ! കൺവെൻഷനുകളിൽ കിഡ്സ് ആൻഡ് യൂത്ത് സെഷനുകൾ എല്ലാ പ്രൈം ടൈമും കഴിഞ്ഞ് ഏതെങ്കിലും ഒരു സമയത്തു പോരാ!

ഈ തലമുറയുടെയൊപ്പം സഞ്ചരിച്ചേ പറ്റൂ.

എം ഡി എം എ ഉപയോഗത്തിന്റെ അനന്തരഫലങ്ങൾ

- കൂടുതൽ ഉപയോഗിക്കുന്നവരുടെ പല്ലുകൾ രണ്ടോ മൂന്നോ വർഷത്തിനുള്ളിൽ കൊഴിയുവാൻ തുടങ്ങും.

- ബ്രെയിൻ സെല്ലുകൾ വളരെ വേഗത്തിൽ നശിക്കും, തകരാറിലാകും.

- ഹൃദയസ്തംഭനം വേഗത്തിലുണ്ടാകും (കേരളത്തിൽ 2025 നു ശേഷം മുപ്പതു വയസ്സിൽ താഴെയുള്ള ചെറുപ്പക്കാരിൽ ആൺ, പെൺ ഭേദമെന്യേ *എം* അടി കാരണം ഹൃദയസ്തംഭനം കൂടുത ലായി റിപ്പോർട്ട് ചെയ്യുമെന്നു വാർത്തകളുണ്ട്).

- പല കഴിവുകളും നശിക്കും (ഇ-മെയിൽ അയയ്ക്കുവാനും വായിക്കുവാനും കഴിയാത്ത അവസ്ഥയിലെത്തിയവരുടെ കഥകൾ കേട്ടിട്ടുണ്ട്).

- വിഷാദരോഗത്തിനടിമയാകും.

- കയ്യിൽ കാശില്ലാതെ വരുമ്പോൾ മോഷ്ടിക്കാൻ തുടങ്ങും.

- ഉപദേശിക്കുന്നവരെ വെറുക്കുവാനും ഉപദ്രവിക്കുവാനും തുടങ്ങും.

- പഠനത്തിലെയും തൊഴിലിലെയും ശ്രദ്ധ നഷ്ടപ്പെടും

എങ്ങനെ രക്ഷപ്പെടുത്തും

- വീട്ടുകാരും സമൂഹവും സംവിധാനങ്ങളും ഒപ്പം നിൽക്കണം.

- ഗ്യാങ്ങുകളുടെ ലിങ്കുകൾ ബ്ലോക്ക് ചെയ്യണം.

- നീയറിയാതെ നിനക്കു തന്നിട്ടുണ്ടോയെന്ന് സ്നേഹപൂർവ്വം ചോദിക്കണം.

- അവർ നോർമലായിരിക്കുമ്പോൾ, ഇതിൽനിന്നു രക്ഷപെട്ട് നന്നായി ജീവിക്കുന്നവരുടെ കഥകൾ പറയണം, വിഡിയോ കൾ കാണിക്കണം.

- കാര്യങ്ങൾ തുറന്നു പറയുന്നത് സഹായിക്കുവാൻ കൂടുതൽ എളുപ്പമാകും എന്നു പറയുക.

- ഡീ അഡിക്ഷൻ സെന്ററുകളിൽ എത്തിക്കേണ്ടവരെ അങ്ങനെ ചെയ്യുക.

- യോദ്ധാവുപോലെയുള്ള സർക്കാർസംവിധാനങ്ങൾ പ്രയോജനപ്പെടുത്തണം.

രക്ഷപെടാൻ ആഗ്രഹമുള്ളവരുടെ ശ്രദ്ധയ്ക്ക്

- തീവ്രമായ ആഗ്രഹവും പ്രചോദനവും പ്രധാന ഘടക ങ്ങളാണ്.

- തെറാപ്പികൾ ഏറെയുണ്ട്.

- നിങ്ങളെ ഓർത്തു പ്രാർത്ഥിക്കുന്നവരുടെ, സ്നേഹിക്കുന്ന വരുടെ വാക്കുകൾ കേൾക്കുക.

- ലൈഫ് സ്കില്ലുകൾ ആർജിച്ചെടുക്കാൻ ശ്രമിക്കുക.

- Moral inventory check up (ധാർമ്മിക പരിശോധന നടത്തുക) വ്യക്തികളോടും ദൈവത്തോടും ക്ഷമ ചോദിക്കുക. അത് നിങ്ങളുടെ ജീവിതത്തെ മാറ്റിമറിക്കും.

ചിറകുകൾ വിടർത്തുമ്പോഴാണ് എത്ര ദൂരം പറക്കുവാൻ കഴിയു മെന്നു പക്ഷികൾ തിരിച്ചറിയുന്നത്. പ്രചോദനത്തിന്റെയും ആത്മവിശ്വാസത്തിന്റെയും ചിറകുകൾ വിടർത്തുക; നിങ്ങൾക്ക് പറക്കുവാൻ കഴിയും.

ലൂക്കോസ് 15 ൽ, ദുർനടപ്പുകാരനായി ജീവിച്ച്, അപ്പന്റെ സ്വത്തു ധൂർത്തടിച്ച ഒരുവന്റെ ഉപമ കർത്താവു പറയുന്നുണ്ട്. സുബോധം വന്നപ്പോൾ, അപ്പന്റെ അടുക്കൽ വന്നപ്പോൾ, അവന്റെ ചരിത്രം മാറി. ചിലരുടെ ചരിത്രം സ്നേഹവാനായ യേശുക്രിസ്തുവിലൂടെ മാറ്റിയെഴു തുവാൻ വായനക്കാരേ, നിങ്ങൾ ശ്രമിക്കണം. ആരെങ്കിലും മടങ്ങിവരു വാൻ ശ്രമിക്കുമ്പോൾ, മാറിയിരുന്ന് വകുപ്പുകൾ പറഞ്ഞുകൊണ്ടു കുറ്റം ചുമത്തിയ മൂത്ത സഹോദരന്റെ മനോഭാവം അരുത്.

ഫിലേമോൻ 1 ൽ, മുൻപേ പ്രയോജനമില്ലാത്ത ഒരു ഒനേസിമൊ സിനെ ജയിലിൽ വച്ച് പൗലോസ് കണ്ടെത്തിയ ചരിത്രം നമുക്കറിയാം. ക്രിസ്തുവിൽ പ്രയോജനപ്പെടുവാൻ അവനെ വീണ്ടും ഉൾക്കൊണ്ട ഫിലേമോന്റെ ചരിത്രവുമറിയാം. ആ മനോഭാവവും കരുതലും ആത്മാ വിനെക്കുറിച്ചുള്ള ചിന്താഭാരവും നമ്മെയും ഭരിക്കണം.

MDMA- (എം ഡി എം എ) മാസ്റ്റേഴ്സ് ഡിഗ്രി ഇൻ
മയക്കുമരുന്ന് അഡിക്ഷൻ I Say No to Drugs

വീഡിയോ കാണുവാൻ ഈ ക്യു ആർ കോഡ് സ്കാൻ ചെയ്യുക

3

കെ പോപ്പ് ലോകവും നമ്മുടെ ടീനേജുകാരും

ഈ നൂറ്റാണ്ടിൽ ജനിച്ച പിള്ളേർ സെറ്റിന്റെ (മില്ലേനിയൽ ജനറേഷൻ) ലോകം വളരെ വ്യത്യസ്തമാണ്. സോഷ്യൽ മീഡിയയുടെ വരവോടെ, സെലിബ്രിറ്റി / ഇൻഫ്ളുവൻസർ സംസ്കാരം ഈ തലമുറയെ ശരിക്കും സ്വാധീനിക്കുന്നുണ്ട്. മുൻ തലമുറയുടെ ഹരമായിരുന്ന മൈക്കിൾ ജാക്സനെയൊന്നും കേട്ടിട്ടുപോലുമില്ലാത്ത അവരുടെ ലോകത്തിലെ ഇപ്പോഴത്തെ ട്രെൻഡാണ് *കെ പോപ്പ്.*

കോവിഡ് കാലത്തിനുശേഷം പങ്കെടുത്ത ടീനേജ് യൂത്ത് ക്യാമ്പുകളിൽ *കെ പോപ്പ്* താരങ്ങളുടെ ചിത്രങ്ങൾ കാണിക്കുമ്പോൾ നമ്മുടെ കുട്ടികൾ കാണിക്കുന്ന ആവേശവും കമെന്റുകളും എന്നെ അത്ഭുതപ്പെടുത്തി.

എന്താണ് കെ പോപ്?

കാറും മൊബൈൽ ഫോണും ഇലക്ട്രോണിക് ഉപകരണങ്ങളും മാത്രമല്ല, കൊറിയൻ സംഗീതവും ദക്ഷിണകൊറിയ കയറ്റുമതി ചെയ്യുന്നുണ്ട്. പ്രമുഖ കൊറിയൻ ബാൻഡുകൾ റിലീസ് ചെയ്യുന്ന ഈ *കെ പോപ്* സംഗീതം നിമിഷനേരങ്ങൾകൊണ്ട് കോടിക്കണക്കിനാളു കൾ കാണുന്നു. ഒറ്റക്കേൾവിയിൽത്തന്നെ ആരെയും ആരാധക രാക്കുന്ന വശീകരണശക്തിയാണ് ശതകോടികളുടെ ബിസിനസ് ലോകമായ *കെ പോപ്പി*നുള്ളത്. ലോകമെമ്പാടുമുള്ള ആരാധകരെ ലക്ഷ്യമിട്ടു കൊറിയൻ വാക്കുകൾകൊപ്പം ധാരാളം ഇംഗ്ലിഷ് പദങ്ങൾ ഉപയോഗിക്കും. ലളിതവും കേൾക്കുമ്പോൾത്തന്നെ ആസ്വാദകർക്ക് പിടിച്ചെടുക്കുവാൻ കഴിയുന്ന തരത്തിലുള്ളതായിരിക്കും വാക്കുകളും ആൽബങ്ങളുടെ ചിത്രീകരണങ്ങളും.

കെ പോപ് സംഗീതജ്ഞരെ പരിശീലിപ്പിക്കുന്ന സ്റ്റുഡിയോകൾ ആയിരക്കണക്കിന് ദക്ഷിണകൊറിയയിലുണ്ട്. 10-12 വയസ്സു പ്രായമുള്ള

24

കുട്ടികളെ കടുത്ത മത്സരത്തിലൂടെ ഓഡിഷനുകൾ നടത്തിയാണ് തിരഞ്ഞെടുക്കുന്നത്.

കെ പോപ് ടീനേജ് താരങ്ങളുടെ ജീവിതം

വളരെ ചിട്ടയും കഠിനവുമായ പരിശീലനവുമാണു തിരഞ്ഞെടുക്ക പ്പെടുന്ന ടീനേജുകാരെ സ്റ്റുഡിയോകളിൽ കാത്തിരിക്കുന്നത്. ആൺകുട്ടികൾക്കും പെൺകുട്ടികൾക്കും പ്രത്യേക ബാൻഡുകളാണു ള്ളത്. എങ്ങനെ പാടണം, ഡാൻസ് ചെയ്യണം, സൂപ്പർ താരങ്ങളെ പ്പോലെ പെരുമാറണം തുടങ്ങിയ വ്യക്തിത്വവികസന ക്ലാസ്സുകൾ നൽകും. രാവിലെ 5 മണിയോടെ പരിശീലനം ആരംഭിക്കും. തുടർന്ന് പതിവ് പഠനത്തിനായി സ്കൂളിലേക്ക്. മടങ്ങി വന്നതിനുശേഷം 3 മണിമുതൽ രാത്രി 11 മണി വരെ വീണ്ടും സ്റ്റുഡിയോയിൽ പരിശീലനം. ശരാശരി 5 മണിക്കൂർ വരെ മാത്രം ഉറക്കം. പൊതു സദസ്സിൽ പ്രകടനം നടത്തിത്തുടങ്ങിയാൽ, ഉറക്കം രണ്ടു മണിക്കൂർവരെയായി ചുരുങ്ങും. ഇംഗ്ലീഷ് പരിശീലനവും വളരെ പ്രധാനപ്പെട്ടതാണ്.

ഓരോ കെ പോപ് താരത്തിന്റെയും ഇമേജ് വളരെ പ്രധാനപ്പെട്ട താണ്. വളരെ കുറച്ചു കാലറി ഭക്ഷണം മാത്രമേ കഴിക്കാൻ അനുവദിക്കൂ. രണ്ടു ദിവസം കൂടുമ്പോൾ ശരീരഭാരം അധ്യാപക രുടെയും സ്റ്റുഡിയോ കമ്പനിയുടെ മേൽനോട്ടത്തിൽ അളന്നു നോക്കും. സവിശേഷമായ ഇമേജ് നിലനിർത്താൻ, സ്ത്രീ പരിശീലനാർത്ഥികൾ അധിക സമ്മർദ്ദം നേരിടുന്ന കാര്യങ്ങളെക്കുറിച്ചുള്ള നിരവധി വിഡിയോകൾ യൂട്യൂബിലുണ്ട്.

https://youtu.be/7JEvm_yf84U - Is K Pop Culture Toxic?

https://youtu.be/_6JK94w9hUA Exposing the Dark Side of Kpop

സത്യത്തിൽ സ്റ്റുഡിയോ കമ്പനികൾ ഡിസൈൻ ചെയ്യുന്ന ഒരു ബ്രില്യന്റ് ബിസിനസ് തന്ത്രത്തിലെ ഒരുതരം പാവ സെലിബ്രിറ്റി

കളാണ് ടീനേജ് പ്രായംമുതൽ ഓരോ കെ പോപ്പ് താരങ്ങളും. ആകർഷകമായ ശൈലിയിലുള്ള ആൽബങ്ങൾ കുട്ടികൾക്കായി വിപണനം ചെയ്തു കോടികൾ സമ്പാദിക്കുന്ന തന്ത്രങ്ങൾ ഇതിന്റെ പിന്നിലുണ്ട്. സത്യത്തിൽ ഒരുതരം അടിമക്കരാറിലാണ് മിക്ക കൗമാരക്കാരും 13 വയസിൽ ഒപ്പിടേണ്ടിവരുന്നത്. വളരെ ഹിറ്റായ ഈ കെ പോപ്പ് സിസ്റ്റത്തിൽ ചെറുപ്രായക്കാരുടെമേൽ അടിച്ചേല്പിക്കുന്നത് അനാരോഗ്യകരമായ കഠിനനിയമമമാണ്.

പ്രമുഖ കെ പോപ് ബാൻഡുകൾ

ബി ടി എസ്, ബ്ലാക്ക് പിങ്ക്, സെവന്റീൻ. ഐക്കൺ മുതിർന്നവർ (ഞാനുൾപ്പെടെ) ഈ പേരുകൾ കേട്ടിട്ടുണ്ടോ? വീട്ടിലെ ടീനേജു കാരോടു ചോദിച്ചാൽ, അവർ ഇവരെക്കുറിച്ചു വാതോരാതെ പറയാ നിടയുണ്ട്!

കെ പോപ് സബ്സ്ക്രൈബ് ലിസ്റ്റ് (2024)

ബി ടി എസിന്റെ സോഷ്യൽ മീഡിയ കണക്കുകൾ ഇങ്ങനെയാണ്

7.9 കോടിയിലേറെ യൂട്യൂബ് സബ്സ്ക്രൈബേഴ്സ്

7.5 കോടിയിലേറെ ഇൻസ്റ്റഗ്രാം ഫോളോവേഴ്സ്

2.1 കോടിയിലേറെ ഫേസ്ബുക് ഫോളോവേഴ്സ്

ബ്ലാക്ക് പിങ്കിന്റെ സോഷ്യൽ മീഡിയ കണക്കുകൾ ഇങ്ങനെയാണ്

9.5 കോടിയിലധികം യൂട്യൂബ് സബ്സ്ക്രൈബേഴ്സ്

5.7 കോടിയിലധികം ഇൻസ്റ്റഗ്രാം ഫോളോവേഴ്സ്

2.0 കോടിയിലധികം ഫേസ്ബുക് ഫോളോവേഴ്സ്

ഇവരെ ഫോളോയും സബ്സ്ക്രൈബും ചെയ്യുന്നവരിൽ ഭൂരിഭാഗവും 30 വയസിൽ താഴെയുള്ളവരാണ്. വിദ്യാർത്ഥികളുടെ ജീവിതശൈലിയിൽ ഏകദേശം 80% വരെ *കെ പോപ്* സ്വാധീനം ചെലുത്തുമെന്നാണ് പല കണക്കുകളും സൂചിപ്പിക്കുന്നത്.

വേദനിപ്പിക്കുന്ന കെ പോപ് വാർത്തകൾ

2022 ജൂൺ 5 ന് മനോരമയിൽ വന്ന വാർത്ത വേദനിപ്പിക്കുന്ന തായിരുന്നു. തിരുവനന്തപുരം കല്ലമ്പലത്ത് പ്ലസ് റ്റു വിദ്യാർഥിനി ജീവനൊടുക്കിയത് മൊബൈൽ ഫോണിന്റെ അമിത ഉപയോഗം

കാരണമായിരുന്നു. കൊറിയൻ ബാൻഡ് വിഡിയോകൾ സ്ഥിരം കണ്ടു, അധിക്ഷനായി;

കൊറിയൻ ഭാഷ അറിയാത്ത സാധാരണക്കാരായ കുട്ടികൾ പോലും വിഡിയോകളും അതിലെ സബ് ടൈറ്റിൽസും വായിച്ച് അർത്ഥം മനസ്സിലാക്കി, അവരുടെ *ഡൈ ഹാർഡ് ഫാൻസ്* ആയി മാറുന്നത് ഇങ്ങനെയുള്ള വാർത്തകളിലൂടെ നാം തിരിച്ചറിയുന്നു.

പാവകളെപ്പോലെയുള്ള മുഖങ്ങളുള്ള, ഭംഗിയുള്ള സമപ്രായ ക്കാരായ ടീനേജുകാരുടെ ആകർഷകമായ മെലഡികളും വിദഗ്ധമായ കൊറിയോഗ്രാഫിയും ഗംഭീരമായ വസ്ത്രങ്ങൾ അണിഞ്ഞ ഫാഷൻ ട്രെൻഡുകളുമെല്ലാം സദാ ഫോളോ ചെയ്ത് സ്വയമേ സൃഷ്ടിക്കുന്ന മനോരാജ്യമാണ് പലരെയും അപകടത്തിൽ കൊണ്ടെത്തിക്കുന്നത്. ആൺകുട്ടികൾ മേക്കപ് ചെയ്യുന്നു, അവരുടെ മുടിയിലും വസ്ത്ര ങ്ങളിലും ചായം പൂശുന്നു. തങ്ങളുടെ വ്യക്തിത്വം മാറ്റുവാൻ ശ്രമി ക്കുന്നു. താരങ്ങൾ പറയുന്ന പല പോപ്പുലർ വാക്കുകളും ശരിയാ ണെന്നു ചിന്തിക്കുന്നു. ചിലർ അതുപോലെ ജീവിക്കുവാൻ ശ്രമിക്കുന്നു, മറ്റു ചിലരാകട്ടെ, തങ്ങൾക്ക് അതുപോലെ കഴിയില്ലെന്നു ചിന്തിച്ചു നിരാശരാകുന്നു.

കുട്ടികൾ തിരിച്ചറിയേണ്ടുന്ന യാഥാർത്ഥ്യങ്ങൾ

● ടീനേജ് പ്രായം, ധാരാളം Fantsay (ഭ്രമാത്മകത / മനോരാജ്യം) ഇഷ്ടപ്പെടുന്ന കാലയളവാണ്. നിങ്ങൾ തിരിച്ചറിയേണ്ടുന്ന വസ്തുത കെ പോപ്പ് വിഗ്രഹങ്ങൾ ആരാധകരുടെ റൊമാൻ്റിക് ഫാൻ്റസി കൾക്കുവേണ്ടി സൃഷ്ടിച്ചതാണ്. ഫാൻ്റസിയുടെ പുറകെ പോയി, ജീവിതത്തിലെ വിലയേറിയ സമയം നഷ്ടമാക്കരുത്.

● ടീനേജ് പ്രായത്തിൽ പലപ്പോഴും പക്വതയോടെ തീരുമാനങ്ങൾ എടുക്കുന്നതിനു നിങ്ങളുടെ ബ്രെയിൻ സജ്ജമായിട്ടില്ല (ആരോ പറഞ്ഞതുപോലെ കരിക്കുമല്ല, തേങ്ങായുമല്ല എന്ന കാലഘട്ട ത്തിലാണ് ടീനേജ് പ്രായം). നിങ്ങളുടെ ജീവിതത്തിൽ അച്ചടക്ക ത്തോടെ, ആഗ്രഹത്തോടെ, ലക്ഷ്യബോധത്തോടെ പ്ലാൻ ചെയ്യേ ണ്ടുന്ന നിരവധി കോഴ്സുകളും പരീക്ഷകളും, ഇൻർവ്യൂകളു മൊക്കെയുള്ളപ്പോൾ *കെ പോപ്* പോലെയുള്ള ആസക്തിയു ടെയും അവ സൃഷ്ടിക്കുന്ന മനോരാജ്യലോകത്തിലൂടെയും സഞ്ചരിച്ചു താളം തെറ്റരുത്.

● പോപ്പുലർ കൾച്ചർ ദൈവികമാകണമെന്നില്ല. ലോകത്തിന്റെ *സ്റ്റാൻഡേർഡ് ഓഫ് ട്രൂത്ത്* പലപ്പോഴും ട്രാക്ക് മാറിപ്പോകുമ്പോൾ,

തിരിച്ചറിയത്തക്കവിധമുള്ള ഗോഡ്‌ലി റിലേഷൻഷിപ് നിങ്ങൾക്കു ണ്ടാവണം.

● ഐഡന്റിറ്റി ക്രൈസിസ് ചെറിയ പ്രായത്തിൽ നേരിടുമ്പോൾ, ടീനേജ് ജീവിതത്തിലെ സ്വപ്നങ്ങളും വിഷമങ്ങളും സമ്മർദ്ദങ്ങളും സ്വതന്ത്രചിന്താഗതികളും ഉറക്കെ പ്രഖ്യാപിക്കുന്ന ട്യൂണുകളും വരികളും ഇഷ്ടപ്പെടുന്നത് സ്വാഭാവികമാണ്. അങ്ങനെയുള്ള സന്ദർഭങ്ങളിൽ നമ്മുടെ ഐഡന്റിറ്റി രൂപകല്പന ചെയ്തിരി ക്കുന്നത് ദൈവമാണ്, ഈ ലോകമല്ലെന്ന തിരിച്ചറിവുണ്ടായാൽ, മുൻപോട്ടുള്ള യാത്ര സുഗമമായിരിക്കും.

● ജീവിതത്തിൽ ഒരു *വൈബ്* കിട്ടുന്നതിനുവേണ്ടിയാകും പല പ്പോഴും ഇങ്ങനെയുള്ള കാര്യങ്ങളുടെ പിന്നാലെ പോകുന്നത് അതിനും മേലെയാണ് ക്രിസ്തീയസന്തോഷം. യേശുക്രിസ്തു വിലുള്ള ശിഷ്യത്വം എപ്പോഴും സന്തോഷം നൽകുന്നതാണെന്ന തിരിച്ചറിവ് ജീവിതത്തിലുണ്ടായാൽ, നിത്യമായ ആനന്ദം എപ്പോഴും ആസ്വദിക്കാൻ കഴിയും.

പാട്ടുകൾ ഇഷ്ടപ്പെടുന്ന ക്രിസ്തുശിഷ്യരുടെ അറിവിലേക്ക്

ദൈവം മനുഷ്യരാശിക്ക് സൃഷ്ടിപരമായ കഴിവുകൾ നൽകി. കഴിവുകൾ പോസിറ്റീവായി ഉപയോഗിക്കുമ്പോൾ അതു *ഗോഡ്‌ലിയും* ആയിരിക്കണം.

● പാട്ടുകളുടെ വരികളെക്കുറിച്ചു സങ്കീർത്തനത്തിൽ എഴുത്തുകാരൻ പറയുന്നു: "ഞാൻ ദയയെയും ന്യായത്തെയും കുറിച്ചു പാടും; യഹോവേ, ഞാൻ നിനക്കു കീർത്തനം പാടും. 2 ഞാൻ നിഷ്കളങ്ക മാർഗത്തിൽ ശ്രദ്ധവയ്ക്കും; എപ്പോൾ നീ എന്റെ അടുക്കൽ വരും? ഞാൻ എന്റെ വീട്ടിൽ നിഷ്കളങ്കഹൃദയത്തോടെ പെരുമാറും" (സങ്കീർത്തനം 101).

● ഏറ്റവും കൂടുതലാളുകൾ ഒരുമിച്ചു പാടിയ പാട്ടിന്റെ വരികൾ (ഏകദേശം 20 ലക്ഷം പേർ, ഇന്നത്തെ ഭാഷയിൽ 20 ലക്ഷം വ്യൂവേഴ്സ് സബ്സ്ക്രൈബേഴ്സ്) പുറപ്പാട് 15 ൽ ഉള്ളത് ഒന്നു ശ്രദ്ധിച്ചു നോക്കുക: "എന്റെ ബലവും എന്റെ ഗീതവും യഹോവ യത്രേ; അവൻ എനിക്കു രക്ഷയായിത്തീർന്നു. അവൻ എന്റെ ദൈവം; ഞാൻ അവനെ സ്തുതിക്കും; അവൻ എന്റെ പിതാവിൻ ദൈവം; ഞാൻ അവനെ പുകഴ്ത്തും."

- നമ്മൾ പഠിക്കുവാനും പാടുവാനും നമ്മളിൽ വസിക്കേണ്ടതുമായ പാട്ടുകളെക്കുറിച്ചു പൗലോസ് പറയുന്ന വാക്കുകൾ പ്രസക്ത മാണ്: "സങ്കീർത്തനങ്ങളാലും സ്തുതികളാലും ആത്മികഗീത ങ്ങളാലും തമ്മിൽ പഠിപ്പിച്ചും ബുദ്ധിയുപദേശിച്ചും നന്ദിയോടെ നിങ്ങളുടെ ഹൃദയങ്ങളിൽ ദൈവത്തിന്നു പാടിയും ഇങ്ങനെ ക്രിസ്തുവിന്റെ വചനം ഐശ്വര്യമായി സകല ജ്ഞാനത്തോടും കൂടെ നിങ്ങളിൽ വസിക്കട്ടെ" (കൊലോസ്യർ 3:16).

- പാട്ടുകൾ എഴുതിയ മോശെയുടെയും പഠിപ്പിച്ച യോശുവ യുടെയും ആറ്റിറ്റ്യൂഡുകൾ ശ്രദ്ധിക്കുക: "ആകയാൽ, മോശെ അന്നു തന്നെ ഈ പാട്ടെഴുതി യിസ്രായേൽമക്കളെ പഠിപ്പിച്ചു" (ആവർത്തനം 31:22).

- "അനന്തരം മോശെയും നൂന്റെ മകനായ യോശുവയും വന്ന് ഈ പാട്ടിന്റെ വചനങ്ങൾ ഒക്കെയും ജനത്തെ ചൊല്ലിക്കേൾപ്പിച്ചു" (ആവർത്തനം 32:44).

- ശിഷ്യന്മാരോടൊത്തു പാട്ടു പാടിയ യേശുവിനെ സുവിശേഷ ങ്ങളിൽ കാണാം (പിന്നെ അവർ സ്തോത്രം പാടിയശേഷം ഒലിവു മലയ്ക്കു പുറപ്പെട്ടുപോയി (മത്തായി 26:30)

ആസ്വദിക്കുന്ന പാട്ടുകൾ പോസിറ്റീവ് വരികളായിരിക്കണമെന്ന ചിന്താഗതിയാണ് നിങ്ങളെ നയിക്കുന്നതെങ്കിൽ, അതു ഗോഡ്‌ലി സ്റ്റാൻഡേർഡ് പിന്തുടരുന്നതാകണമെന്ന ചിന്തയും നിങ്ങളെ ഭരിക്കണം.

സുവിശേഷത്തിന് ഏറ്റവും ഉയർന്ന ദൈവികമായ ജീവിത നിലവാരം ആവശ്യമാണ്. സെൻസേഷണലിസം ഒഴിവാക്കണം. ഗാനരചയിതാക്കൾ, പാട്ടുകാർ, ശ്രോതാക്കൾ എന്നിവർ ദൈവവുമായി ഏറ്റവും മികച്ച ബന്ധമുള്ള ജീവിതനിലവാരം കാത്തുസൂക്ഷിക്കേണ്ടത് അനിവാര്യതയാണ്. നമ്മുടെ പാട്ടുകൾ ബിസിനസ് തന്ത്രമല്ല. ആരാധകരെ, സബ്സ്ക്രൈബേഴ്സിനെ നേടാനുള്ള കുറുക്കുവഴിയല്ല. ആരാധകരെക്കാൾ (fans) ലൈക്കുകളെക്കാൾ, സബ്സ്ക്രൈബേഴ്സി നെക്കാൾ പ്രാധാന്യം ആരാധനയ്ക്കു (worship) കൊടുക്കുകയെന്ന താണ് ക്രിസ്തുശിഷ്യന്റെ പ്രധാനദൗത്യം.

4

മാതാപിതാ ഗൂഗിൾ ദൈവം

മാതാപിതാഗുരുദൈവം (Mother- Father- Taecher -God) എന്ന ശൈലി, ഭാരതസംസ്കാരത്തിൽ ജനിച്ചുവളർന്ന വിദ്യാർത്ഥികൾക്ക് പ്രത്യേകിച്ചും പ്രായമുള്ള തലമുറയ്ക്കു സുപരിചിതമായ ഒരു സംസ്കൃതപദസഞ്ചയമാണ്.

ഒരു വ്യക്തിയുടെ ജീവിതത്തിൽ ഏറ്റവും കൂടുതൽ ആദരി ക്കേണ്ടുന്ന നാലു കാര്യങ്ങളെയാണ് ഈ വാക്കുകൾ പ്രതിനിധാനം ചെയ്യുന്നത്. പ്രഥമസ്ഥാനം, പത്തുമാസം ഉദരത്തിൽ വഹിച്ചു ജന്മം നൽകിയ മാതാവിന്, പിന്നീട് ആ കുഞ്ഞിനെ പരിരക്ഷിക്കുന്ന പിതാവിന്, അതിനുശേഷം അറിവും സന്മാർഗങ്ങളും ഉപദേശിച്ചു കൊടുക്കുവാൻ അവർ തിരഞ്ഞെടുക്കുന്ന ഗുരുക്കന്മാർ. അവസാനമായി, അവരെല്ലാം ചേർന്നു കാണിച്ചുകൊടുക്കുന്ന ദൈവം.

ഗുരുക്കന്മാരെ കൂടുതൽ ബഹുമാനിക്കേണ്ടതിനും മാതാവിനെ വിലകുറച്ചുകാണിക്കാതിരിക്കുന്നതിനും ഈ ശൈലി കൂടുതൽ പ്രയോഗിക്കുന്നതായി പലപ്പോഴും കാണാറുണ്ട്. എന്നാൽ ഗുരു സങ്കല്പങ്ങളെ ടെക്നോളജി യുഗം ആകെ മാറ്റിമറിച്ചിരിക്കുന്നു. ഗുരുവിന്റെ സഹായമില്ലെങ്കിലും, ലക്ഷ്യബോധത്തോടെ കഠിനാദ്ധ്വാനം ചെയ്യുന്ന വിദ്യാർത്ഥികളുടെ മുൻപിൽ നിരവധി ഉത്തരങ്ങളുമായി ഗൂഗിൾപോലെയുള്ള സെർച്ച് എൻജിനുകൾ കാത്തിരിക്കുന്നു. തിരക്കുകളുടെയും പരിമിതികളുടെയും നടുവിൽ, "google it" (ഗൂഗിളിൽ തപ്പിക്കോ) എന്ന മറുപടി കൊടുക്കേണ്ടിവരുന്നവരാണ് ഇന്നത്തെ മിക്ക അദ്ധ്യാപകരും.

കസ്തൂർബാ ഗാന്ധി
ആരാണെന്നോ?
നോ ആന്റ് സേർച്ച്
ഓൺ ദ നെറ്റിൽ...
NEXT GEN
SCHOOL

മുതിർന്നവരും ഗുരുക്കന്മാരും തിരിച്ചറിയേണ്ടതായ പഞ്ചതന്ത്രങ്ങൾ

1. **Digitize or Diminish ഡിജിറ്റൈസ് ചെയ്യുക, അല്ലെങ്കിൽ അപ്രസക്തരാകുക**

കൈയക്ഷരം (Hand writing) എങ്ങനെയുണ്ട്, കംപ്യൂട്ടർ അറിയാമോ എന്നു ചോദിച്ചിരുന്ന കാലമൊക്കെ കഴിഞ്ഞുപോയെന്നാണ് ആർട്ടിഫിഷ്യൽ ഇന്റലിജൻസിലേക്കു കാലെടുത്തുവച്ചിരിക്കുന്ന പുതുതലമുറ പറയുന്നത്. ശരീരത്തിനകത്തു വയ്ക്കാവുന്ന മൊബൈലും (Implantable mobile), ഇന്റർനെറ്റുമായി ബന്ധിപ്പിക്കുന്ന വസ്ത്രങ്ങളും ഉടനടി മാർക്കറ്റിലെത്തുമെന്നാണ് വാർത്തകൾ സൂചിപ്പിക്കുന്നത്.

ടെക്നോളജി ഒട്ടും വശമില്ലെന്നു പറയുന്ന അദ്ധ്യാപകർ അപ്രസക്തരായിത്തീരാൻ സാധ്യത കൂടുതലാണ്. Perform or Perish എന്ന കോമേഴ്സ്യൽ വാചകംപോലെ Digitize or dimmish എന്നതു സംഭവിക്കാൻ പോകുന്ന കാലം അതിവിദൂരമല്ല.

2. **ജനറേഷൻ ഗ്യാപ് കുറക്കുക (generation gap)**

പലവിധ കാര്യങ്ങൾ (multi tasking) ഒരേസമയം ചെയ്യുവാൻ കഴിവുള്ളവരാണ് മില്ലെനിയം ജനറേഷൻ (1981 നു ശേഷം ജനിച്ചവർ). അവരെക്കാൾ വേഗമാണ് ജൻസിക്ക് (GenZ 1994 നു ശേഷം ജനിച്ചവർ). തങ്ങളുടെ സകലപ്രശ്നങ്ങളും ഏറ്റവും അടുപ്പമുള്ളവരോടുപോലും പറയാതെ, സോഷ്യൽ മീഡിയ യിലൂടെ വിളമ്പുന്നവരാണിവർ. *സിരിപോലെയുള്ള* ആപുകളോടു സംസാരിച്ചു ജീവിക്കുന്നവരാണിവരിൽ പലരും.

സാങ്കേതികപരമായും (Technologically) വിജ്ഞാനപരമായും (Intellectually) വൈകാരികപരമായും (emotionally) മാതൃകയോടെ പുത്തൻ തലമുറയെ സമീപിച്ചാൽ, തീർച്ചയായും അവരെ സ്വാധീനിക്കാൻ കഴിയും. ദീർഘമായ ലക്ചറുകൾ പുതുതലമുറ പൊതുവെ അവഗണിക്കാറുണ്ട്. ഹൃദയം തുറന്ന്, കാര്യങ്ങൾ കൃത്യമായി വളരെ വേഗത്തിൽ പറഞ്ഞാൽ, മൂല്യമുള്ള കാര്യങ്ങളെ അവർ ഇരുകൈയും നീട്ടി സ്വീകരിക്കാറുമുണ്ട്.

3.	അവരുടെ ഭാഷ മനസ്സിലാക്കുക (**Learn their Vocabulary**)

ചെറുപ്പക്കാരുടെ അടിപൊളി ചങ്ക് പോസ്റ്റ് ഭാഷകൾ മനസ്സി ലാക്കുക.

നൂറുവർഷം മുൻപോ, അൻപതു വർഷം മുൻപോ നാം ഉപയോഗി ച്ചിരുന്ന ഭാഷയ്ക്കു മാറ്റം സംഭവിച്ചിട്ടുണ്ടെന്ന യാഥാർത്ഥ്യം നാം മനസ്സിലാക്കണം.

ഇന്ന് മാറ്റത്തിന്റെ വേഗം വർദ്ധിച്ചിരിക്കുന്നു.

ഫീലിങ് പുച്ഛം, ഫീലിങ് ക്രോധം, ഫീലിങ് സന്തോഷം, ഫീലിങ് നിരാശത എന്നൊക്കെ വികാരങ്ങൾ പരസ്യപ്പെടുത്തുമ്പോൾ, എവിടെയൊക്കെയോ പക്വതക്കുറവ് ഇവർക്കുണ്ടെന്ന് മുതിർന്ന വർക്കു തോന്നാറില്ലേ?

താത്ക്കാലികമായ വികാരങ്ങൾ (temporary emotions) സ്ഥിരമായി നിലനിൽക്കുന്ന ഇന്റർനെറ്റിൽ (Permanent Internet) വിളമ്പരുതെന്ന് നിർദേശങ്ങൾ കൊടുക്കുവാൻ, അവരെ പൂർണ്ണമായി മനസ്സിലാ ക്കുന്ന റോൾ മോഡലുകളായ മുതിർന്നവർക്കു കഴിയണം.

4.	**മൂല്യങ്ങളിൽ/ഉപദേശങ്ങളിൽ വിട്ടുവീഴ്ച അരുത് (Don't Compromise on Godly values and dotcrines)**

ചെറുപ്പക്കാരെ കണക്ക് ചെയ്യാനുള്ള ആവേശംകൊണ്ട് ദൈവ വചനത്തിൽ വിട്ടുവീഴ്ച കാണിക്കരുത്. വിട്ടുവീഴ്ചയ്ക്കു തയ്യാറാ കാതിരിക്കുമ്പോൾ, അവരെ കണക്ക് ചെയ്യാനും മറന്നുപോകരുത്.

ജീവിതത്തിലെ ഏറ്റവും വലിയ നേട്ടം തനിക്കു കിട്ടിയ ആയിരം ലൈക്കുകളാണ് എന്ന മട്ടിൽ ജീവിക്കുന്ന ഈ തലമുറയെ നാം നേടിയെടുത്തേ പറ്റുകയുള്ളൂ. മുതിർന്നവരായ നാം ഒന്നു തിരിഞ്ഞുനോക്കിയാൽ മാതൃകയുള്ള, ഭക്തന്മാരായ, വിശുദ്ധ ന്മാരായ, വിശ്വസ്തരായ, പരിജ്ഞാനമുള്ള പിതാക്കന്മാരുടെ ഒരു വലിയ നിര നമ്മുടെ പിന്നിലുണ്ട്. പുത്തൻ തലമുറ നോക്കുന്നത് എന്നെയും നിങ്ങളെയുമാണ്.

ഒരു തെറ്റ് മറുപക്ഷം ചെയ്തതുകൊണ്ട് മറുപടിയായി ഒരു തെറ്റു ഞാൻ ചെയ്താൽ എന്തു കുഴപ്പം എന്നു ചിന്തിക്കുന്ന തലമുറ ഇവിടെ പെരുകുന്നുണ്ട്. അങ്ങനെ പഠിപ്പിച്ചുകൊടുത്തവർ ദൈവസന്നിധിയിൽ കണക്കു പറയേണ്ടിവരും.

5.   ദൈവകൃപ വേണം (His grace is sufficient for You)

ദൈവത്തിന്റെ കൃപയും പരിശുദ്ധാത്മാവിന്റെ ശക്തിയും നമ്മെ സദാ ഭരിക്കണം. മുതിർന്നവർക്ക് അവരുടെ ചെറുപ്പകാലത്തെ വേഗത്തിൽ ഇന്നു സഞ്ചരിക്കുന്നതിന് പരിമിതികളുണ്ട്.

ഈ തലമുറയെ ശരിയായി കണക്ക് ചെയ്യുവാനുള്ള ആഗ്രഹവും പ്രാർത്ഥനയും നമ്മെ ഭരിക്കണം. ദൈവപുത്രന്മാർക്ക് വംശനാശ ഭീഷണി നേരിട്ടുകൊണ്ടിരിക്കുന്ന ഇന്ന് നമുക്കെഴുന്നേല്ക്കാം. വിശ്വസ്തരായ ഒരു തലമുറയെ വാർത്തെടുക്കുക. വിശുദ്ധിയുടെ ബാറ്റൺ കൈമാറാൻ മറക്കരുത്.

ഈയിടെ വായിച്ച ഒരു കഥയിങ്ങനെയാണ്. നസ്രുദീന്റെ വീടിന് തീ പിടിച്ചു. "നസ്രുദ്ദീൻ, തന്റെ വീടിനു തീ പിടിച്ചു; ഓടിച്ചെന്ന് തീ അണയ്ക്കാൻ നോക്ക്!" അയൽക്കാർ ബഹളം കൂട്ടി. "തീ പിടിച്ചോ ട്ടെന്നേ," നസ്രുദീൻ അക്ഷോഭ്യനായിരുന്നു. "താക്കോൽ എന്റെ കയ്യിലല്ലേ!"

സമൂഹത്തെയും കുടുംബങ്ങളെയും കുഞ്ഞുങ്ങളെയും നശിപ്പി ക്കുന്ന തീ പടരുമ്പോൾ, താക്കോൽ കയ്യിലുള്ളവർ നിശ്ശബ്ദരായിരി ക്കരുത്. താക്കോൽ കൈവശമുണ്ടെന്നുള്ള അഹങ്കാരമുണ്ടാകരുത്.

ബൈ ദ് വേ... 2024 ലെ ട്രെൻഡുകൾ പറയുന്നു. ഗൂഗിൾപോലുള്ള സെർച്ച് എഞ്ചിനുകളെക്കാൾ ജൻ സിക്കും ആൽഫാജനും ചാറ്റ് ജിപിടി പോലുള്ള പുത്തൻ കൂട്ടുകാരെയാണ് പ്രിയം.. എന്തായാലും ഗൂഗിൾ തോറ്റു കൊടുക്കാൻ തയാറല്ലെന്ന മട്ടിൽ പുത്തൻ പരീക്ഷണങ്ങൾ തുടരുന്നുമുണ്ട്. മാതാ പിതാ ഗൂഗിൾ ജാഗ്രതയിലാണ്..

5

SMART

സൺഡേസ്കൂൾ ടീച്ചർ

കുറച്ചു വർഷങ്ങൾക്കു മുൻപ് സൺഡേസ്കൂളുമായി ബന്ധപ്പെട്ടു മാതാപിതാക്കൾ പറഞ്ഞ ഡയലോഗുകൾ: "സൺഡേസ്കൂൾ പഠിച്ചിട്ട് എന്നാ ചെയ്യാനാ? അവൻ ഉപദേശിപ്പണിക്കൊന്നും പോകുന്നില്ലല്ലോ!"

മോൻ കോളേജിൽ ആയപ്പോൾ, അതേ മാതാപിതാക്കളുടെ ഇപ്പോഴത്തെ വാക്കുകൾ: "അവൻ കഞ്ചാവടി തുടങ്ങി, വീട്ടുകാർ പറഞ്ഞാലൊന്നും കേൾക്കില്ല. അയ്യോ! സഭക്കാരേ, പ്രാർത്ഥിക്കണേ."

അടുത്തിടെ ഒരു സൺഡേസ്കൂൾ വിദ്യാർത്ഥി പറഞ്ഞ വാക്കു കൾ: "ഞങ്ങളുടെ പഴയ സഭയിൽ മനഃപാഠം പഠിച്ചില്ലേൽ കുഴപ്പ മില്ലായിരുന്നു, ബൈബിൾ റീഡിങ് സ്ഥിരമായി ചെയ്യാൻ ഇങ്ങനെ യൊന്നും പ്രഷർ ചെയ്യത്തില്ലായിരുന്നു. ദിസ് ഈസ് ടൂ മച്ച്!"

സ്കൂൾ വിദ്യാഭ്യാസത്തോടുള്ള മുതിർന്നവരുടെ ശൈലി

എല്ലാവർക്കും മികച്ച സ്കൂൾ വേണം

സ്കൂളിൽ എ പ്ലസ് വേണം

ദിവസവും ഫോളോ അപ് ഉണ്ടാവും

ദിവസവും ഹോം വർക്ക് ഉണ്ടാവും

അഡ്മിഷൻ മുൻകൂട്ടി പ്ലാൻ ചെയ്യും

കോഴ്സുകൾ മുൻകൂട്ടി കണ്ടുപിടിക്കും

പുസ്തകത്തിനും ആപ്പുകൾക്കും കാശു കൊടുക്കും

(ഇതൊന്നും തെറ്റല്ല; നല്ല കാര്യങ്ങൾതന്നെയാണ്)

35

മാത്സ്
ഹോംവർക്
ടെസ്റ്റ് പേപ്പർ
അസൈൻമെന്റ്...
അതിന്റേയ്ക്കൂടെ
ഒരു വാക്യവും
പഠിക്കണം...
വാട്ടെ പ്രഷർ...!

ഞാ... വാക്യമണ്ട് വിട്ടേര്...

സൺഡേസ്കൂൾ വിദ്യാഭ്യാസത്തോടുള്ള മുതിർന്നവരുടെ മനോഭാവം

സൺഡേസ്കൂൾ ആഴ്ചയിൽ 30 മിനിറ്റ് മതി!

വീട്ടിൽ വാക്യം പഠിപ്പിച്ചില്ലേലും നോ പ്രോബ്ലം!

ഇത്തിരി ലേറ്റ് ആയാലും കുഴപ്പമില്ലലോ!

പുസ്തകം കാശു കൊടുത്തു വാങ്ങാറില്ലല്ലോ!

ക്ലാസ് മാറ്റി വച്ചാലും കുഴപ്പമില്ലല്ലോ!

സ്കൂളിൽ ഒത്തിരി പഠിക്കാനുള്ളതുകൊണ്ട് ബൈബിൾ വായനഭാഗം മിക്കവാറും വായിക്കാറില്ലല്ലോ!

വർഷത്തിൽ ഒരു പ്രോഗ്രാംകൊണ്ട് പിള്ളേരെ രക്ഷിക്കപ്പെടുത്തി, സ്നാനപ്പെടുത്തിയെടുക്കാമല്ലോ!

(ഈ മനോഭാവം മാറണം; മിക്ക ദുരന്തങ്ങൾക്കും ഉത്തരവാദികൾ പ്രാഥമികമായും കുട്ടികളല്ലെന്നു തിരിച്ചറിയണം)

SMART (സ്മാർട്ട് സൺഡേസ്ക്കൂൾ ടീച്ചർ)

സൺഡേസ്കൂൾ ടീച്ചിങ് എനിക്കേറ്റവും പ്രിയപ്പെട്ട ദൗത്യ മേഖലയാണ്. ഏകദേശം ഇരുപതു വർഷം മുൻപ് സൺഡേസ്കൂൾ ടീച്ചറുടെ കുപ്പായം അണിഞ്ഞുവെങ്കിലും, ചിന്താഭാരം മാറ്റിമറിച്ചത് 2016 ലാണ്.

ഞാൻ പങ്കെടുത്ത ഒരു മിഷൻ കോൺഫ്രൻസിൽ, ഒരു സെഷൻ നയിച്ച മിഷനറിയുടെ സന്ദേശത്തിൽ പറഞ്ഞു: "Michael Jackson was a Sunday school student (മൈക്കിൾ ജാക്സൺ ഒരു സൺഡേസ്കൂൾ വിദ്യാർത്ഥി ആയിരുന്നു)." കേൾവിക്കാർ ഏതാനും നിമിഷം സ്തബ്ധരായി ഇരുന്നു. അദ്ദേഹം തുടർന്നു. But somebody missed him (പക്ഷേ ആരൊക്കെയോ അവനെ കരുതാതെ പോയി). ആ സെഷൻ കഴിഞ്ഞ ഉടനെ, ഞാൻ താമസിച്ച ക്യാമ്പ് സൈറ്റിലെ റൂമിൽ പോയി. ഇന്റർനെറ്റിൽ സെർച്ച് ചെയ്തു. Michael Jackson.. Different ages (മൈക്കിൾ ജാക്സൺ വ്യത്യസ്ത പ്രായത്തിൽ). ഇന്റർനെറ്റിൽ ഒറ്റ സ്ക്രീനിൽ വന്ന ചിത്രം അത്ഭുതപ്പെടുത്തി. ബാല്യത്തിലെ മനോഹരമായ കുട്ടി, കൗമാരത്തിൽ ചെറിയ മാറ്റത്തിന്റെ ലക്ഷണങ്ങൾ. പിന്നീടുള്ള ചരിത്രം ഏവർക്കും സുപരിചിതമാണ്. നിറം മാറ്റുന്നു, ശബ്ദം മാറ്റുന്നു.

മില്യൺസ് ഓഫ് ഡോളേഴ്സ് സമ്പാദിച്ചുവെങ്കിലും, നിത്യത സംബന്ധിച്ച ദുരന്തചിത്രം നമുക്കറിയാം.

ഞാൻ ഒരു തീരുമാനമെടുത്തു. എന്റെ മുൻപിൽ വരുന്ന ഒരു സൺഡേസ്കൂൾ വിദ്യാർത്ഥിയെയും ഞാൻ ചെറുതായിക്കാണില്ല, എത്ര തിരക്കാണെങ്കിലും, സൺഡേസ്കൂൾ അദ്ധ്യാപകനെന്ന ദൗത്യം മാറ്റിവയ്ക്കുകയില്ല. ഓരോ സൺഡേസ്കൂൾ കുട്ടിയുടെ ഹൃദയത്തിലും നിത്യതയുടെ ദർശനം ശരിക്കും വരച്ചു കാണിക്കും.

പ്രശസ്ത സാഹിത്യകാരനും അദ്ധ്യാപകനും ആയിരുന്ന സുകുമാർ അഴീക്കോട് ഒരിക്കൽ ഇങ്ങനെ പറഞ്ഞു. മുപ്പതാമത്തെ വയസ്സിൽ മരിച്ചുവെങ്കിലും അറുപതാമത്തെ വയസ്സുവരെ ശമ്പളം വാങ്ങി, എഴുപതാം വയസ്സിൽ ശവസംസ്കാരം നടത്തുന്നവരാണ് പല അദ്ധ്യാപകരും. മുപ്പതിൽ നടന്നത് ആത്മീയമരണം. ഭൗതികമരണം എഴുപതിൽ. ആത്മീയമരണത്തിനുശേഷവും മുപ്പതു കൊല്ലം ശമ്പളം വാങ്ങി ജീവിക്കാൻ ഇവിടെ ഒരു പ്രയാസവുമില്ല. സെക്കുലർ വിദ്യാഭ്യാസത്തെക്കുറിച്ചു അഴീക്കോടു മാഷ് പറഞ്ഞതുപോലെ, നമ്മുടെ സഭകളെയും പഠിപ്പിക്കലുകളെയും പഠിപ്പിക്കുന്നവരെയും അതിന്റെ ശൈലികളെയും ബന്ധപ്പെടുത്തി ചിന്തിക്കുന്നത് ആത്മ പരിശോധനയ്ക്കു നന്നായിരിക്കും..

പ്രിയപെട്ടവരേ! സ്മാർട്ട്ഫോൺ, സ്മാർട്ട് വാച്ച്, സ്മാർട്ട് ക്ലാസ് റൂം, സ്മാർട്ട് ടി വി ആകെ ഒരു സ്മാർട്ട് മയമാണ്. സൺഡേസ്കൂൾ ടീച്ചേഴ്സ് തിരിച്ചറിയേണ്ടുന്ന ഒരു സ്മാർട്ട് ഫോർമുല, അനുഭവ ങ്ങളിലൂടെ പറയാനാഗ്രഹിക്കുന്നു.

പ്രതിഫലമില്ലാത്ത ജോലിയാണ് സഭകളിൽ സൺഡേസ്കൂൾ അദ്ധ്യാപകർ ചെയ്യുന്നത്. നിങ്ങൾക്കൊരു ബിഗ് സല്യൂട്ട്! ആത്മാക്ക ളെക്കുറിച്ചുള്ള ചിന്താഭാരത്തോടെയും മികച്ച ഒരുക്കങ്ങളോടെയും പ്രാർത്ഥനയോടെയും ഈ ദൗത്യം ചെയ്യുവാൻ ഈ ഫോർമുല നിങ്ങളെ സഹായിക്കും.

S = Spiritual

ഏറ്റവും മികച്ച വിളിയാണ് സൺഡേ സ്കൂൾ ടീച്ചിങ്. ദൈവ പുരുഷന്മാർക്കും സ്ത്രീകൾക്കും വംശനാശഭീഷണി നേരിടുന്ന ഈ കാലഘട്ടത്തിൽ തികഞ്ഞ പക്വതയും പരിജ്ഞാനവുമുള്ള ആത്മീയ മനുഷ്യർ ആയിരിക്കണം സൺഡേസ്കൂൾ അദ്ധ്യാപകർ.

സുവിശേഷങ്ങളിൽ യേശു പറയുന്ന വാക്കുകൾ ശ്രദ്ധിക്കുക: "ശിശുക്കളെ എന്റെ അടുക്കൽ വരുവാൻ വിടുവിൻ; അവരെ തടുക്കരുത്; ദൈവരാജ്യം ഇങ്ങനെയുള്ളവരുടേതല്ലോ." പിന്നീടുള്ള വാക്കുകൾ മുതിർന്നവരുടെ ജീവിതത്തിൽ കൂടുതൽ പ്രസക്തമാണ്: "ദൈവ രാജ്യത്തെ ശിശു എന്നപോലെ കൈക്കൊള്ളാത്തവൻ ആരും ഒരു നാളും അതിൽ കടക്കുകയില്ല എന്നു ഞാൻ സത്യമായിട്ടു നിങ്ങളോടു പറയുന്നു എന്നു പറഞ്ഞു."

മലയാളത്തിലെ പ്രമുഖ നിരൂപകനും എഴുത്തുകാരനുമായിരുന്ന ഡോ. എം. തോമസ് മാത്യു, അദ്ദേഹത്തിന്റെ അദ്ധ്യാപകജീവിതത്തെ ക്കുറിച്ചു പറഞ്ഞ രണ്ടു കാര്യങ്ങൾ എല്ലാ അദ്ധ്യാപകരും ഹൃദയത്തിൽ കുറിച്ചുവയ്ക്കണം:

ഒന്ന് എന്റെ ക്ലാസിലെ ഏറ്റവും കുറച്ചു മാർക്ക് കിട്ടുന്ന കുട്ടിയുടെ മാർക്കാണ് എനിക്കു കിട്ടുന്ന മാർക്ക്

രണ്ട് വിദ്യാർത്ഥിയല്ലാതാകുന്ന നിമിഷത്തിൽ നാം അദ്ധ്യാപക നല്ലാതായിത്തീരുന്നു.

M = Mentor (ഉപദേഷ്ടാവ്)

പ്രായം കുറഞ്ഞതോ അനുഭവപരിചയമില്ലാത്തതോ ആയ വ്യക്തിക്ക് ഒരു നിശ്ചിതകാലയളവിൽ, പ്രത്യേകിച്ച് ജോലിയിലോ സ്കൂളിലോ സഹായവും ഉപദേശവും നൽകുന്ന ഒരു വ്യക്തി എന്നാണ് മെന്റോർ എന്ന വാക്കിന്റെയർത്ഥം.

എല്ലാ സൺഡേസ്കൂൾ അദ്ധ്യാപകരും മികച്ച അഭ്യുദയ കാംക്ഷികളായ മെന്റോർ ആയിരിക്കണം.

കാഴ്ച ലഭിച്ചാൽ താൻ ആദ്യം കാണാനിഷ്ടപ്പെടുന്നത് തന്റെ പ്രിയ അദ്ധ്യാപിക ആനി സള്ളിവനെയായിരിക്കും എന്നു പറഞ്ഞ ഹെലൻ കെല്ലർ നമ്മോടു പറയുന്നത് ഒരു റ്റീച്ചർ ചെലുത്തിയ സ്വാധീനിച്ച തിനെക്കുറിച്ചാണ്.

കേരളത്തിലെ ഇതരവിശ്വാസത്തിലുള്ള കുട്ടികളുടെ സിലബസ് തയ്യാറാക്കുന്നവരുടെ വെബ്സൈറ്റിൽ പറയുന്നു. എല്ലാ ദിവസവും സെക്കുലർ വിദ്യാഭ്യാസത്തിനു പോകുന്നതിനു മുൻപായി ഒൻപതു മണിക്കു മുൻപ്, കൃത്യവും രണ്ടു മണിക്കൂർ, അവരുടെ കുട്ടികൾക്ക് മതപഠനം ഉണ്ട്. തിരിച്ചറിയുക ആഴ്ചയിൽ മിനിമം 12 മണിക്കൂർ മതപഠനം നടത്തുന്ന അവരുടെയിടയിൽ ജീവിക്കേണ്ടുന്ന നമ്മുടെ

കുട്ടികളെ, കഷ്ടിച്ച് 30 മിനിറ്റ് മാത്രം പഠിപ്പിക്കുവാൻ അവസരം കിട്ടുമ്പോഴുള്ള വെല്ലുവിളി നിസാരമല്ല.

കാപട്യവും കള്ളത്തരവും നിറഞ്ഞ ലോകത്തിൽ, ഏറ്റവും മികച്ച മൂല്യങ്ങളും ദൈവസ്നേഹവും കരുതലും സമാധാനത്തിന്റെ മാർഗ ങ്ങളും ദൈവകൃപയോടെ ജീവിക്കേണ്ടുന്നതിന്റെ പ്രാധാന്യവുമെല്ലാം നിങ്ങൾ ശരിക്കും പ്രാർത്ഥിച്ചു തയ്യാറെടുപ്പുകൾ നടത്തിയിട്ടുവേണം പഠിപ്പിക്കാൻ.

A=Approachable

കുട്ടികളുടെ, ടീനേജുകാരുടെ, ചെറുപ്പക്കാരുടെ ലോകത്തിലേക്ക് ഇറങ്ങിച്ചെല്ലണം. അവർ ഇങ്ങോട്ടല്ല, നാം അങ്ങോട്ടുവേണം ഇറങ്ങി ച്ചെല്ലാൻ.

കുഞ്ഞുങ്ങളെ തടഞ്ഞവരോടു കർത്താവു ദേഷ്യപ്പെട്ടതായി നാം വായിക്കുന്നു യേശു അതു കണ്ടാറെ മുഷിഞ്ഞ് അവരോട്: ശിശുക്കളെ എന്റെ അടുക്കൽ വരുവാൻ വിടുവിൻ; അവരെ തടുക്കരുത്;.

ജോഷ് മാക്ഡോവൽ രചിച്ച *ദി ഡിസ്കണക്ട്ഡ് ജനറേഷൻ* എന്ന പുസ്തകം നിങ്ങൾ വായിക്കുന്നതു നന്നായിരിക്കും. മാതാപിതാ ക്കളും അദ്ധ്യാപകരും തിരിച്ചറിയേണ്ടുന്നതായ ഒരു ഫോർമുല, മാക്ഡോവൽ അതിൽ രേഖപ്പെടുത്തിയിട്ടുള്ളത് ഇങ്ങനെയാണ്.

Rules - Relationship = Rebellion

(നിയമങ്ങൾ – നല്ല ബന്ധം = കലഹം / മറുതലിപ്പ്)

വാക്കുകളുടെ വിശുദ്ധചുംബനംകൊണ്ട് വിദ്യാർത്ഥികളെ പൊതിയാൻ അദ്ധ്യാപകനു കഴിയണം.

Rules + Relationship = Positive Response

(നിയമങ്ങൾ + നല്ല ബന്ധം = നല്ല നിലയിലുള്ള പ്രതികരണം)

അദ്ധ്യാപനശൈലിയെക്കുറിച്ചു ആരോ പറഞ്ഞത് ഇങ്ങനെയാണ്: "നിങ്ങളുടെ ആയുധം എപ്പോഴും ചുറ്റികയാണെങ്കിൽ, നിങ്ങളുടെ മുൻപിൽ വരുന്ന കുട്ടികളെയും അവരുടെ പ്രശ്നങ്ങളെയും ആണിയായി കരുതും."

R = Role Model

ഇന്നു നേരിടുന്ന വലിയ വെല്ലുവിളിയാണ് മികച്ച മാതൃകയുള്ള വരുടെ അഭാവം. സൺഡേസ്കൂൾ റ്റീച്ചർ മികച്ച ഒരു റോൾ മോഡൽ ആകണം.

യോസേഫിനെക്കുറിച്ചു യജമാനനും കാരാഗൃഹപ്രമാണിയും ഫറവോനും പറയുന്ന വാക്കുകൾ മികച്ച മാതൃകയുടെ ഉദാഹരണങ്ങ ളാണ്: "യഹോവ അവനോടുകൂടെ ഉണ്ടെന്നും അവൻ ചെയ്യുന്നതൊ ക്കെയും യഹോവ സാധിപ്പിക്കുന്നു എന്നും അവന്റെ യജമാനൻ കണ്ടു" (ഉല്പത്തി 39:3). "യഹോവ അവനോടുകൂടെ ഇരുന്ന് അവൻ ചെയ്തതൊക്കെയും സഫലമാക്കുകകൊണ്ട് അവന്റെ കൈക്കീഴുള്ള യാതൊന്നും കാരാഗൃഹപ്രമാണി നോക്കിയില്ല" (ഉല്പത്തി 39:23). "ഫറവോൻ തന്റെ ഭൃത്യന്മാരോട്: ദൈവാത്മാവുള്ള ഈ മനുഷ്യനെ പ്പോലെ ഒരുത്തനെ കണ്ടുകിട്ടുമോ എന്നു പറഞ്ഞു" (ഉല്പത്തി 41:38).

ഇന്നത്തെ ചെറുപ്പക്കാർ, മുൻതലമുറകളെക്കാൾ ചിന്തിക്കുന്നവരും പ്രതികരിക്കുന്നവരുമാണ്. കാലാവസ്ഥാ വ്യതിയാനവുമായി ബന്ധ പ്പെട്ടു ലോകത്തെ ഇളക്കിമറിച്ച ടീനേജുകാരിയായ ഗ്രെയ്റ്റാ ട്യൂൺ ബെർഗിന്റെ യു.എൻ. സമ്മേളനത്തിലെ പ്രസംഗം ഇപ്പോഴത്തെ തലമുറയുടെ രോഷപ്രകടനത്തിന്റെ നേർചിത്രമാണ്: "നിങ്ങൾ ഞങ്ങളെ പരാജയപ്പെടുത്തുന്നു. എന്നാൽ ചെറുപ്പക്കാർ നിങ്ങളുടെ വഞ്ചന മനസ്സിലാക്കാൻ തുടങ്ങിയിരിക്കുന്നു. എല്ലാ ഭാവിതലമുറ കളുടെയും കണ്ണുകൾ നിങ്ങളിലേക്കാണ്. നിങ്ങൾ ഞങ്ങളെ പരാജയ പ്പെടുത്താൻ തീരുമാനിച്ചാൽ, ഞാൻ പറയുന്നു: ഞങ്ങൾ നിങ്ങളോട് ഒരിക്കലും ക്ഷമിക്കില്ല. ഇങ്ങനെ മുന്നോട്ടു പോകാൻ ഞങ്ങൾ സമ്മതിക്കില്ല."

തീരുമാനങ്ങളെടുക്കുന്നവരോടും (Decision Makers) ഭരണാധി കാരികളോടും മാതൃകയില്ലാത്തവരോടും വാഗ്ദാനങ്ങൾ പാലിക്കാത്ത വരോടുമുള്ള വാക്കുകളാണിത്. പ്രിയരേ, നമ്മുടെ ചെറുപ്പക്കാരും പലതും കണ്ടും കേട്ടും മനസ്സു മടുത്തിട്ട് ഇങ്ങനെയൊക്കെ പറയുന്നുണ്ട്.

അതുപോലെ തിരിച്ചറിയേണ്ടുന്ന മറ്റൊരു പ്രധാനപ്പെട്ട കാര്യം, സൺഡേസ്കൂൾ അദ്ധ്യാപകർ ഒരിക്കലും മടിയുള്ളവരാകരുത്. കുട്ടികളുടെ മുൻപിൽ ഏതു ഭാഗമാണ് കഴിഞ്ഞ ആഴ്ച പഠിപ്പിച്ചതെ ന്നോർക്കാതെ തപ്പിത്തടയുന്നവരുണ്ട്. ഒട്ടും തയ്യാറാകാതെ തട്ടിക്കൂട്ടി പഠിപ്പിക്കുന്നവരുണ്ട്. കുട്ടികൾ, നിങ്ങളെ ശ്രദ്ധിക്കുന്ന സി സി ടി വി ക്യാമറകൾ ആണെന്നു മനസ്സിലാക്കേണം. തിരിച്ചറിയുക, മടിയന്മാരെ ദൈവാരാജ്യത്തിന് ആവശ്യമില്ല.

T = Thoughful

ഇന്നത്തെ കുട്ടികളെയും അവരുടെ ശൈലികളെയും വെല്ലുവിളി കളെയും മനസിലാക്കുന്ന അദ്ധ്യാപകരായി നാം മാറണം.

1 ദിന. 12 :32 ൽ പറയുന്നു, "യിസ്സാഖാര്യരിൽ യിസ്രായേൽ ഇന്നതു ചെയ്യണം എന്ന് അറിവാൻ തക്കവണ്ണം കാലജ്ഞന്മാരായ തലവന്മാർ ഇരുനൂറു പേർ; അവരുടെ സഹോദരന്മാരൊക്കെയും അവരുടെ കല്പനയ്ക്കു വിധേയരായിരുന്നു."

കാലജ്ഞന്മാരായ, കാലഗതികളെക്കുറിച്ചു നിശ്ചയമുള്ള അദ്ധ്യാപകരെ ആവശ്യമുണ്ട്. പല പഠനങ്ങളും പറയുന്നു: "മില്ലേനിയൽസ് (1990 നു ശേഷം ജനിച്ചവർ) സഭ വിട്ടുപോകുന്നു, ഫീൽ ഗുഡിസം, മോറൽ റിലേറ്റിവിസം, ഫങ്ക്ഷണൽ എത്തിസം തുടങ്ങിയ കാര്യ ങ്ങളുടെ പുറകെയാണ് പല ചെറുപ്പക്കാരും. സഭകൾക്കകത്തു ഒരു വലിയ പഠനപ്രതിസന്ധിയുണ്ട്.

സഭകളും ലീഡേഴ്സും
മാതാപിതാക്കളും മനസിലാക്കുവാൻ

കേരളത്തിലെ സ്കൂളുകളിലെ 50 ശതമാനത്തോളം കുട്ടികൾ, അവരുടെ ഇതര വിശ്വാസങ്ങളിൽ, 3 വയസ്സുമുതൽ കൃത്യമായി 2 മണിക്കൂർ വീതം മതം പഠിച്ചുതുടങ്ങിയവരാണ്. വിദേശരാജ്യങ്ങളിലെ കോളേജ് ക്യാമ്പസുകളിലെയും കണക്കുകൾ വ്യത്യസ്തമല്ലെന്നു പുതിയ പല കണക്കുകളും പറയുന്നു. ബൗദ്ധികപ്രതിസന്ധി പലപ്പോഴും നമ്മുടെ കുട്ടികൾ നേരിടുന്നുണ്ട്. ഇതു ദൈവസഭകളും ലീഡേഴ്സും തിരിച്ചറിയണം. കുഞ്ഞുങ്ങളുടെ സിലബസുകൾ കൃത്യമായ ഇടവേളകളിൽ നവീകരിച്ചുകൊണ്ടിരിക്കണം.

ഒരു മതത്തിന്റെ വെബ്സൈറ്റിൽ പറയുന്നു: ഓരോ വിദ്യാർത്ഥിയും ഒന്നാം തരംമുതൽ പ്ലസ് ടുവരെ ഒരു വർഷം 2 മണിക്കൂർ വീതമുള്ള 5 പരീക്ഷകളാണ് എഴുതുന്നത്.

നമ്മളോ? കഷ്ടിച്ച് ഒന്നോ രണ്ടോ മണിക്കൂർ പരീക്ഷ എഴുതിയാൽ ഭാഗ്യം!

അവർക്ക് എല്ലാ മാസവും പ്രോഗ്രസ്സ് റിപ്പോർട്ട് ഉണ്ട്. വായന (20 മാർക്ക്), എഴുത്ത് (20 മാർക്ക്), പ്രവൃത്തി (20 മാർക്ക്), ശീലം (15 മാർക്ക്), വേഷം (15 മാർക്ക്), ഹാജർ (10 മാർക്ക്), അസൈൻമെന്റ് (10 മാർക്ക്), അവരുടെ വിശ്വാസപ്രമാണം (100 മാർക്ക്).

നമ്മുടെ സണ്ടേ സ്കൂൾ സമ്പ്രദായം ബഹുദൂരം ഇനിയും മുന്നേറുവാനുണ്ടെന്ന് ഈ കണക്കുകൾ കാണിക്കുന്നു.

സഭകളോട് ചില ചോദ്യങ്ങൾ

- ഈ വർഷം നിങ്ങളുടെ സഭ മുതിർന്നവർക്കായി എത്ര സമയം ചെലവഴിച്ചു?

- ഈ വർഷം നിങ്ങളുടെ സഭ കുട്ടികൾക്കും കൗമാരക്കാർക്കു മായി എത്ര സമയം ചെലവിട്ടു?

- ഈ വർഷം നിങ്ങളുടെ സഭ, മുതിർന്നവർക്കായ് എത്ര രൂപ മുടക്കി?

- ഈ വർഷം കുട്ടികൾക്കും കൗമാരക്കാർക്കുമായ് എത്ര തുക ചെലവു ചെയ്തു?

മാതാപിതാക്കളോട് ചില ചോദ്യങ്ങൾ

- ഈ വർഷം കുട്ടികൾക്കുവേണ്ടി സ്കൂളുമായി ബന്ധപ്പെട്ടു വാങ്ങിയ സാധനങ്ങളും അതിന്റെ വിലയും?

- ഈ വർഷം കുട്ടികൾക്കുവേണ്ടി ബൈബിളുമായി/ സൺഡേ സ്കൂളുമായി ബന്ധപ്പെട്ടു വാങ്ങിയ സാധനങ്ങളും അതിന്റെ പണച്ചെലവും?

പ്രിയ വായനക്കാരേ! നിങ്ങളുടെ തീരുമാനം വിലപ്പെട്ടതാണ്! നിങ്ങളുടെ വീടുകളിൽ, സഭകളിൽ SMART ആയി മാറ്റങ്ങൾ സൃഷ്ടിക്കുവാൻ കർത്താവു നിങ്ങളെ സഹായിക്കട്ടെ!

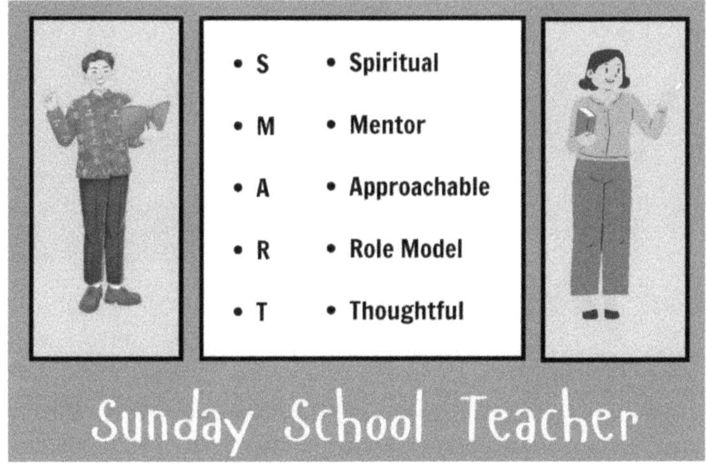

6

ബ്രെയിൻ ഡ്രെയിനും ബ്രെയിൻ ഗെയിനും

കുടിയേറ്റം ഒരേ സമയം പ്രാദേശികപ്രതിഭാസവും ആഗോള പ്രതിഭാസവുമാണ്. ഈ കുടിയേറ്റയാത്രയിൽ ആളുകൾ ഒരു രാജ്യ ത്തിനകത്തും ദേശീയ അതിർത്തികൾക്കപ്പുറത്തും സഞ്ചരിക്കുന്നു. കുടിയേറ്റക്കാർ പുതിയ നഗരങ്ങൾ നിർമ്മിക്കുന്നവരാണ്. കുടിയേറ്റം അത് ആന്തരികമോ അന്തർദേശീയമോ ആകട്ടെ, മിക്കവാറും എപ്പോഴും പ്രതീക്ഷയോടെയാണ് നടത്തുന്നത്. അത് ഒഴിവാക്കാനാവില്ല. പക്ഷേ, ചിന്തിക്കേണ്ടുന്ന ധാരാളം പ്രതിഫലനങ്ങൾ ഇവ സൃഷ്ടിക്കുന്നുണ്ട്.

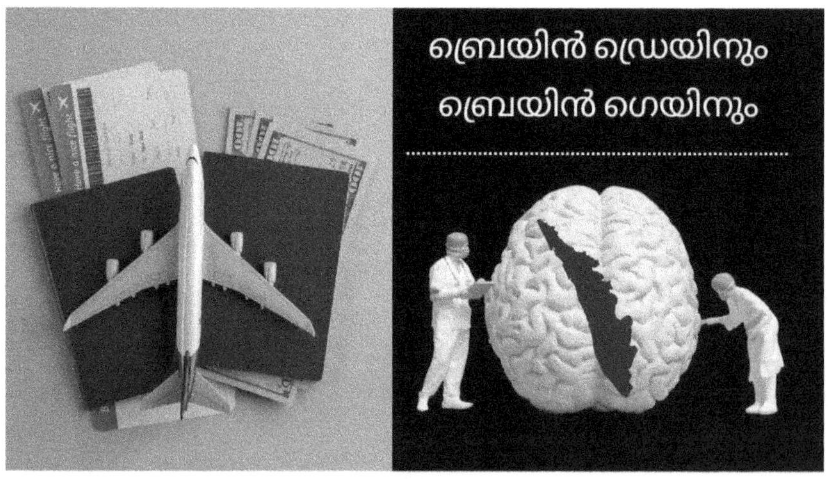

എന്താണ് ബ്രെയിൻ ഡ്രെയിൻ?
(Brain drain) മസ്തിഷ്കച്ചോർച്ച

മെച്ചപ്പെട്ട വേതനത്തിനും ജീവിതസൗകര്യങ്ങൾക്കും വേണ്ടി ഒരു രാജ്യത്തുനിന്നും സാമ്പത്തികമേഖലയിൽനിന്നും വിദ്യാസമ്പന്നരും

44

പ്രഫഷണലുകളുമായ ആളുകൾ മറ്റൊരു രാജ്യത്തേക്കു പോകുന്ന തിനെയാണ് ബ്രെയിൻ ഡ്രെയിൻ, അഥവാ മസ്തിഷ്കച്ചോർച്ച എന്നു പറയുന്നത്. സത്യത്തിൽ മനുഷ്യ മൂലധനം നഷ്ടപ്പെടുന്നതിനെ സൂചിപ്പിക്കുന്ന ഒരു സ്ലാങ് വാക്കാണ് ബ്രെയിൻ ഡ്രെയിൻ.

എന്താണ് ബ്രെയിൻ ഗെയിൻ?
(Brain Gain) - മസ്തിഷ്കനേട്ടം

ബ്രെയിൻ ഡ്രെയിന്റെ മറുവശമാണ് ബ്രെയിൻ ഗെയിൻ, അഥവാ മസ്തിഷ്ക നേട്ടം. വ്യക്തികളെ അവരുടെ ഉത്ഭവരാജ്യത്തേക്ക് മടക്കികൊണ്ടുവരുന്ന രീതിയിൽ പുതിയ മൂലധനങ്ങളും കഴിവുകളും സൃഷ്ടിക്കുന്ന പ്രതിഭാസത്തെയാണ് മസ്തിഷ്ക നേട്ടം എന്നു പറയുന്നത്. ബ്രെയിൻ ഗെയിനിനെ റിവേഴ്സ് ബ്രെയിൻ ഡ്രെയിൻ (Reverse Brain Drain) എന്നും ബ്രെയിൻ സർക്കുലേഷൻ, അഥവാ തലച്ചോറിന്റെ രക്തചംക്രമണം എന്നും പറയുന്നു. മികച്ച ജീവിത സൗകര്യങ്ങളുള്ള വികസിതരാജ്യങ്ങൾ, ജനസംഖ്യ കൂടുതലും മികച്ച ജീവിതനിലവാരമില്ലാത്തതുമായ ഇടങ്ങളിൽനിന്ന് ബ്രെയിൻ ഗെയിനിലൂടെ മനുഷ്യമൂലധനം വർദ്ധിപ്പിക്കുന്നത് ഇന്നു കൂടുതലാണ്.

കേരളവും ബ്രെയിൻ ഡ്രെയിനും

മിഡിൽ ഈസ്റ്റും യൂറോപ്യൻ രാജ്യങ്ങളും അമേരിക്കയും ഇന്നു കേരളീയർക്ക് സ്വന്തം നാടുപോലെയാണ്. ഈ പ്രവാസി ഇന്ത്യക്കാർ (എൻആർഐ) അയക്കുന്ന പണമാണ് ഒരു പരിധിവരെ കേരളത്തിന്റെ സമ്പദ്‌വ്യവസ്ഥയുടെ നെടുംതൂൺ. കേരളത്തിലെ മിടുക്കരായ നഴ്സുമാർ, അമേരിക്കൻ-യൂറോപ്യൻ രാജ്യങ്ങളിലേക്കു നടത്തിയ കുടിയേറ്റം ചരിത്രത്തിലെ അസാധാരണമായ വസ്തുതകളിലൊ ന്നാണ്. അവരുടെ ഉത്തരവാദിത്വബോധവും വിയർപ്പും ചങ്കൂറ്റവും ലക്ഷക്കണക്കിന് കുടുംബങ്ങളെയാണ് രക്ഷപെടുത്തിയത്.

എത്ര പേർ വിദേശത്തേക്കു പോകുന്നു?

മാതൃഭൂമി ജി കെ കറന്റ് അഫയേഴ്സിലെ (പറുദീസ തേടി പായുന്നവർ ഫെബ്രുവരി 2024) കണക്കുകൾ പ്രകാരം, ലോകത്ത് ഏറ്റവുമധികമാളുകൾ അന്യരാജ്യങ്ങളിലേക്കു കുടിയേറിയിരിക്കുന്നത് ഇന്ത്യയിൽനിന്നാണ്. നിയമപരമായും നിയമവിരുദ്ധമായും 25 ലക്ഷത്തോളം ഇന്ത്യക്കാർ ഓരോ വർഷവും കുടിയേറുന്നു.

പുതിയ പുറപ്പാട് (The New Exodus) എന്ന കവർ പേജിൽ 2023 ജൂലൈ 17 ൽ പ്രസിദ്ധീകരിച്ച ഇന്ത്യാ ടുഡേ കണക്കുകളനുസരിച്ച് കോവിഡിനു മുൻപ് 2019 ൽ 5.88 ലക്ഷം പേർ വിദേശത്ത് ഉന്നതവിദ്യാഭ്യാസത്തിനായി പോയപ്പോൾ, 2022 ൽ അത് 7.50 ലക്ഷമാണ്. 2024 ൽ ഈ സംഖ്യ 18 ലക്ഷത്തിലെത്തുമെന്നാണ് കണക്കുകൾ പറയുന്നത്. വിദേശകാര്യ മന്ത്രാലയത്തിന്റെ കണക്കനുസരിച്ച് 2019ൽ വിദേശത്തേക്കു പോയ മലയാളിവിദ്യാർത്ഥികളുടെ എണ്ണം 30,948 ആണ്. എന്നാൽ അനൗദ്യോഗികമായ കണക്കുകൾ പ്രകാരം, കേരളത്തിൽനിന്നു മാത്രം ഒരു വർഷം വികസിതരാജ്യങ്ങളിലേക്കു കുടിയേറുന്ന വിദ്യാർത്ഥി കളുടെ എണ്ണം 35,000 കവിഞ്ഞിട്ടുണ്ട്.

എന്തുകൊണ്ട് കേരളത്തിലെ വിദ്യാർത്ഥികൾ ഉന്നതപഠനത്തിനു വേണ്ടി വിദേശത്തേക്കു പോകുന്നു?

വികസിതരാജ്യങ്ങളിൽ സ്ഥിരതാമസം (പിആർ) അല്ലെങ്കിൽ പൗരത്വം ലഭിക്കുവാൻ ഏറ്റവും എളുപ്പമുള്ള മാർഗമാണ് വിദ്യാഭ്യാസ ത്തിനായി കുടിയേറുന്നത്.

- മെച്ചപ്പെട്ട, ഫ്ളെക്സിബിൾ ആയ പാഠ്യപദ്ധതി

- ലോകോത്തരമായ സൗകര്യങ്ങൾ

- വിദേശസംസ്ക്കാരവും ഭാഷയും പഠിക്കാനുള്ള അവസരം

- മക്കൾക്ക് മികച്ചതു നല്കണമെന്ന് ആഗ്രഹിക്കുന്ന മാതാപിതാക്കൾ

- വേഗത്തിൽ ലഭിക്കുന്ന വിദ്യാഭ്യാസവായ്പകൾ

- ജീവിക്കുവാനുള്ള മികച്ച ചുറ്റുപാടുകൾ

- നല്ല പരിസ്ഥിതി

- നാട്ടിലെപ്പോലെ മനുഷ്യന്റെ സ്വകാര്യതയിലേക്കുള്ള നുഴഞ്ഞു കയറ്റമില്ല

- സ്വാതന്ത്ര്യമുള്ള ജീവിതം

- അന്യരാജ്യങ്ങളിലേക്കു കുടിയേറിയ ബന്ധുക്കളുടെയും നാട്ടുകാരുടെയുമൊക്കെ ജീവിതത്തിൽ വന്ന പുരോഗതിയൊക്കെ യാണ് വിദേശസ്വപ്നങ്ങൾക്കു തിളക്കം കൂട്ടുന്നത്.

വേണ്ടാതാവുന്ന പൗരത്വം

ഗൾഫിലേക്കുള്ള കുടിയേറ്റം മലയാളിയെ നാട്ടിൽനിന്നു സ്ഥിരമായി അകറ്റിയിരുന്നില്ല. വിദേശകാര്യമന്ത്രാലയത്തിന്റെ കണക്കനുസരിച്ച് 2021 വരെ 7.88 ലക്ഷം പേർ അമേരിക്കയിലെത്തിയ തിനുശേഷം ഇന്ത്യൻ പൗരത്വം ഉപേക്ഷിച്ച് അതിർത്തിക്കപ്പുറത്തു സ്വന്തം ജീവിതം സുരക്ഷിതമാണെന്നു തിരിച്ചറിയുന്നതോടെ, സ്വന്തം രാജ്യം വേണ്ടെന്നു വയ്ക്കുന്നവരുടെ സംഖ്യ ഓരോ വർഷവും വർദ്ധിക്കുന്നു.

കേരളം നേരിടാൻ പോകുന്ന, കുടിയേറ്റത്തിന്റെ പ്രത്യാഘാതങ്ങൾ

ഇന്ത്യയിലെ ജനസംഖ്യയുടെ 50.1% 25 വയസ്സിനു താഴെയുള്ളവരാ ണെന്നു കണക്കാക്കുന്നു. കേരളത്തിൽ അവർ ജനസംഖ്യയുടെ 23% മാത്രമാണെന്ന കണക്കും നാം തിരിച്ചറിയേണ്ടതുണ്ട്. അതുപോലെ ഉന്നതവിദ്യാഭ്യാസം നേടുന്നവരുടെ എണ്ണം വർദ്ധിച്ചപ്പോൾ, മെച്ചപ്പെട്ട തൊഴിലവസരങ്ങൾ സൃഷ്ടിക്കുവാൻ കഴിയാതെ പോയത് കേരളം നേരിടുന്ന ഏറ്റവും വലിയ പ്രശ്നമാണ്.

കുടിയേറ്റത്തിന് ആത്മീയവും വൈകാരികവും ശാരീരികവും മനഃശാസ്ത്രപരവും സാമ്പത്തികവുമായ പ്രത്യാഘാതങ്ങളുമുണ്ട്.

'എനിക്കിവിടെ എന്താ ഈ നാട്ടിലുള്ളതെന്നു ചെറുപ്പക്കാർ ചോദിച്ചാൽ, ഉത്തരമായി നമ്മുടെ മുൻപിലുള്ള ഓപ്ഷനുകൾ ചുരുക്കമാണ്. നാട്ടിലെ അവസരങ്ങളും സാധ്യതകളും കുറവായതു കൊണ്ട് പുതുലോകത്തിന്റെ ബോധജ്ഞാനമാർജ്ജിച്ച മികച്ച കേരളീയ തലച്ചോറുകളാണ് പലായനം ചെയ്യുന്നത്.

വിദേശസർവകലാശാലകളിൽ പഠിക്കാൻ ഒരു വിദ്യാർഥിക്ക് പ്രതിവർഷം 20 ലക്ഷം രൂപയെങ്കിലും വേണം. ഇതുവഴി കോടിക്കണക്കിനു രൂപയാണ് കേരളത്തിന്റെ സമ്പദ്ഘടനയിൽനിന്നു കൈമാറുന്നത്. ഇവർ താമസിയാതെ ഈ രാജ്യങ്ങളിലെ സ്ഥിര താമസക്കാരോ പൗരന്മാരോ ആയിത്തീരുന്നു. അതുകൊണ്ട്, മിഡിൽ ഈസ്റ്റ് രാജ്യങ്ങളിൽനിന്നു വരുന്നതുപോലെ, കേരളത്തിന്റെ സമ്പദ് വ്യവസ്ഥയിലേക്കു പണം തിരികെ വരുന്നില്ല. അത് സാമ്പത്തികവും സാമൂഹികവുമായ പ്രത്യാഘാതങ്ങൾ സൃഷ്ടിക്കുന്നു.

13 വർഷം പഴക്കമുള്ള, 2011ലെ സെൻസസ് റിപ്പോർട്ട് പ്രകാരം, കേരളത്തിൽ 12 ലക്ഷം വീടുകൾ ഒഴിഞ്ഞുകിടക്കുന്നു. ഇന്ത്യയിലെ ഒഴിഞ്ഞുകിടക്കുന്ന വീടുകളുടെ 11 ശതമാനമാണിത്, ഇതിൽ 60 ശതമാനവും അമേരിക്കൻ-യൂറോപ്യൻ രാജ്യങ്ങളിൽ സ്ഥിരതാമസ മാക്കിയ മലയാളികളുടേതാണ്.

ശാരീരികവും മാനസികവുമായി ക്ഷീണിക്കുന്ന സന്ദർഭങ്ങളിൽ ആശ്വാസം പകരാൻ പ്രിയപ്പെട്ടവരടുത്തില്ലാത്തതു തീരെ വാർദ്ധക്യ മായവർക്കു പലപ്പോഴും വേദനാജനകമാണ്. മിക്ക സന്ദർഭങ്ങളിലും ശവമടക്കിനു സംബന്ധിക്കുവാൻപോലും സമയമില്ലാതെ, ഇന്റർനെറ്റിൽ ലൈവായി കണ്ട് ബന്ധങ്ങൾ അവസാനിക്കുകയാണ്!

മറ്റൊരു രാജ്യത്തേക്കു കുടിയേറിയവരുടെ രണ്ടാം തലമുറയെത്തി ക്കഴിയുമ്പോൾ, സ്വന്തം നാട്ടിലെ അപ്പച്ചനെയും അമ്മച്ചിയെയും അവരുടെ ലോകത്തെയും ഒട്ടും മനസിലാക്കുവാൻ കഴിയാത്ത രീതിയിൽ കൊച്ചുമക്കളുടെ സംസ്കാരങ്ങൾ മാറിപ്പോകുന്നതു മറ്റൊരു പ്രശ്നമാണ്. പ്രതീക്ഷയോടെ കൊച്ചുമക്കളെ കാണുവാൻ ചെല്ലു മ്പോൾ, ഭക്ഷണരീതിയിലെ വ്യത്യാസത്തോടും ഗന്ധത്തോടുമൊന്നും യോജിക്കാൻ പറ്റാത്തതുകൊണ്ട് അവരെ പെട്ടെന്നു പറഞ്ഞു വിടണമെന്നു കൊച്ചുമക്കൾ പറഞ്ഞുപോകുന്നു.

മലയാള മനോരമയിൽ എഴുത്തുകാരൻ സക്കറിയ (ജനുവരി 5, 2024) എഴുതിയതുപോലെ, കേരളം വിടുന്നവരുടെ പ്രായത്തിന്റെ ഗ്രാഫ് കുത്തനെ ഇടിഞ്ഞിരിക്കുന്നു. ഔദ്യോഗികമായി അവരുടെ പക്കൽ മടക്കടിക്കറ്റ് ഉണ്ടായേക്കാം. അവരുടെ ഹൃദയത്തിലുള്ളത് വൺവേ ടിക്കറ്റുകളാണ്.

കുടിയേറ്റവും ബൈബിളും

ധാരാളം കുടിയേറ്റചരിത്രങ്ങളും യാത്രകളും ബൈബിളിൽ രേഖപ്പെടുത്തിയിട്ടുണ്ട്.

അബ്രഹാം, ദൈവവിളിയുടെ ഭാഗമായി, ഒരു കുടിയേറ്റക്കാരനായി യാത്ര പുറപ്പെട്ടു.

ലോത്ത് വരച്ചു കാണിക്കുന്നത് ഒരു ദയനീയ കുടിയേറ്റക്കാരന്റെ ചിത്രമാണ്.

റിബേക്ക, വിവാഹവുമായി ബന്ധപ്പെട്ട് സ്വന്തം നാട്ടിൽനിന്നു മറ്റൊരു സ്ഥലത്തേക്കു കുടിയേറാൻ സഞ്ചരിച്ച ചെറുപ്പക്കാരിയാണ്.

യോസേഫ്, സഹോദരന്മാരുടെ പദ്ധതിയായ മനുഷ്യക്കടത്തു കുടിയേറ്റത്തിന്റെ ഇരയായി മാറി ഈജിപ്തിലെത്തിച്ചേർന്ന വ്യക്തിത്വമാണ്.

നവോമിയും രൂത്തും ദുരിതബാധിതരായി അങ്ങോട്ടുമിങ്ങോട്ടും സഞ്ചരിച്ച കുടിയേറ്റയാത്രക്കാരാണ്.

എസ്തേർ, മിടുക്കിയായ ഒരു അനാഥകുടിയേറ്റക്കാരിയായിരുന്നു.

സഭകളുടെ റോൾ

ഓരോ വർഷവും 35000 നടുത്തു കുട്ടികൾ ഈ നാടു വിട്ടു പോകുമ്പോൾ, അതിൽ നല്ലൊരു പങ്കും നമ്മുടെയിടയിലുള്ള വരാണ്. ഒരേസമയം നാട്ടിലുള്ള സഭകൾക്ക് അതൊരു ബ്രെയിൻ ഡ്രെയിനും വിദേശത്തെ സഭകൾക്ക് അതൊരു ബ്രെയിൻ ഗെയിനു മായി മാറുന്നു.

എല്ലാവരും തിരിച്ചറിയേണ്ടുന്ന നാലു യാഥാർഥ്യങ്ങൾ

1. കുടിയേറ്റം സംബന്ധിച്ചു നാട്ടുകാരും വീട്ടുകാരും സഭയും തിരിച്ചറിയേണ്ട വസ്തുതകൾ

വിദേശത്തേക്കു പോയാൽ മാത്രമേ നീ രക്ഷപെടൂ എന്ന മനോഭാവ ത്തിന്റെ സമ്മർദ്ദം കൊച്ചുകുട്ടികളിൽ കുത്തിവയ്ക്കാതിരിക്കുക. അനാവശ്യമായ താരതമ്യങ്ങൾ ചെയ്യാതിരിക്കുക. ഉദാഹരണം; മധ്യകേരളത്തിലെ ഒരു സഭയിലെ ഒരു അമ്മച്ചി സൺഡേസ്കൂൾ പഠിക്കുന്ന ഹൈസ്ക്കൂൾ വിദ്യാർത്ഥിയായ ഒരു മോനോടു പറയുന്നു, 'സൺഡേസ്കൂൾ പഠിച്ചു സമയം കളയാതെ യു.കെ. യിൽ പോയി രക്ഷപെടാൻ നോക്കെന്ന്! (വിദേശങ്ങളിൽ പോകുന്നവർ പോകണം, പക്ഷേ മറുവശത്ത് ദൈവികപഠനങ്ങൾ വിലകുറച്ചു കാണിച്ചുകൊണ്ട് അമ്മച്ചി ഒന്നുമറിയാത്തതുപോലെ അടിച്ചേൽപ്പിക്കുന്നത് മാരകമായ സമ്മർദ്ദമാണ്).

ഇന്ത്യയിൽ നന്നായി പഠിക്കുകയും വീട്ടുകാർ നന്നായി പഠിപ്പി ക്കുകയും നല്ല മനോഭാവത്തിലൂടെ കാര്യങ്ങളെ മനസ്സിലാക്കുകയും ചെയ്താൽ, അവസരങ്ങളുണ്ടെന്നു തിരിച്ചറിയുക.

പഠിക്കുന്ന കാര്യത്തിലും അപ്ഡേറ്റ് ചെയ്യുന്ന കാര്യത്തിലും പുറത്തുപോയി കഷ്ടപ്പെടുന്നതിന്റെയത്രയും അധ്വാനിച്ചാൽ ഇന്ത്യയിലും അവസരങ്ങളുടെ വാതിലുകൾ ഉണ്ട്.

വിദേശത്തു പോയാൽ മാത്രമേ നിങ്ങളുടെ ഭാവിയും കുടുംബ ത്തിന്റെയും ഭാവി സുരക്ഷിതമാകൂ എന്ന സാഹചര്യമാണെങ്കിൽ നാട്ടുകാരുടെ സമ്മർദ്ദം കൂടാതെ, വിവേചനത്തോടെ നിങ്ങളുടെ ഓപ്ഷൻ തിരഞ്ഞെടുക്കുക. ഉദാഹരണം: ഒരു സഭയിലെ നൂറിലധികം പേർ അമേരിക്കയിൽ ആയതുകൊണ്ട് അവരുടെ വീട്ടുകാർക്കാണ് നമ്മളെക്കാൾ ബഹുമാനം ലീഡേഴ്സിൽനിന്നു കിട്ടുന്നത്. അതുകൊണ്ട് മാസം രണ്ടു ലക്ഷം രൂപ വേതനം കിട്ടുന്ന ഇവിടത്തെ നല്ലതും സ്വസ്ഥവുമായ ജോലി ഉപേക്ഷിച്ച് നമുക്കും അമേരിക്കയിൽ പോകണമെന്നു പറഞ്ഞു ബഹളമുണ്ടാക്കുന്ന പങ്കാളികൾ ചെലുത്തുന്ന സമ്മർദ്ദം വളരെയധികമാണ്.

അമിതപരിഗണനകളും വാഴ്ത്തിപ്പാടലുകളും വിദേശത്തെ കറൻസിയും അവസരങ്ങളും ഉള്ളതിന്റെ പേരിൽ മാത്രം ഒരുവശത്തു നടത്തുമ്പോൾ, മറുവശത്തു നാട്ടിലെ വിശ്വാസികളുടെ വില വിസ്മരിക്കപ്പെടുന്നു. ഉദാഹരണം: കുറച്ചു നാൾ മുൻപ് ഒരു സുഹൃത്ത് പഠനത്തിനുശേഷം, ദൗത്യബോധത്തോടെ, ദൈവാത്മനിയോഗത്താൽ ഒരു ഭാരതപര്യടനം നടത്തി. ഒരു വർഷത്തെ യാത്രയ്ക്കിടയിലൊരി ക്കൽ അടുത്ത ബന്ധുവായ ഒരു ആന്റിയുടെ ഫോൺ വന്നു. മോനിപ്പോൾ എവിടെയാണെന്നു ചോദിച്ചപ്പോൾ, അദ്ദേഹം പറഞ്ഞു, ആന്റീ, ഞാനിപ്പോൾ യു കെ യിലാണ്. ആന്റിയുടെ മറുപടി wow..(ഗംഭീരം) ..അല്ല ആന്റി..ആന്റി ഉദ്ദേശിച്ച യുണൈറ്റഡ് കിങ്ഡം ആയ യു കെ യല്ല ഉത്തരാഖണ്ഡിലാണ് എന്നു പറഞ്ഞപ്പോൾ ആന്റിയുടെ മറുപടി Ohh (ഓ ഇത്തിരി സന്തോഷം കുറഞ്ഞ ഓ ..) ഈ മനോഭാവത്തിന്റെ വക്താക്കളായ മുതിർന്നവരും ലീഡേഴ്സും നമ്മുടെയിടയിലുള്ളതാണ് ചെറുപ്പക്കാരുടെ കുടിയേറ്റത്തിന്റെ മറ്റൊരു നിശ്ശബ്ദമായ സമ്മർദ്ദകാരണം.

മാതാപിതാക്കളും ബന്ധുക്കളും കൊച്ചുമക്കളും ഒരുമിച്ചു സന്തോഷത്തോടെയും സുരക്ഷിതത്തോടെയും വലിയ ബാധ്യതകൾ ഇല്ലാതെയും കഴിയുന്ന ചുറ്റുപാടുകൾ, ഒരാവശ്യമുണ്ടെങ്കിൽ, ഏതു നിമിഷവും ഓടിയരികിലെത്തുവാൻ പറ്റുമെങ്കിൽ, സ്വന്തം നാട് എന്ന ഓപ്ഷനായിരിക്കും നല്ലത്.

2. വിദേശരാജ്യങ്ങളിലേക്കു കുടിയേറുന്ന വിദ്യാർത്ഥികളും കുടുംബങ്ങളും തിരിച്ചറിയേണ്ടതായ കാര്യങ്ങൾ

ഈയിടെ ഒരാൾ പറഞ്ഞ കാര്യം, നാട്ടിലെ സെന്റർ കൺവൻഷനെ ക്കാൾ ആളുകൾ ഇപ്പോൾ കൂടുന്നത് വിദേശത്തെ കൺവൻഷനാണെ

ഇവന വഴികെട്ടാനാ
പ്രാർത്ഥിക്കേണ്ടത്;
വഴക്കാകുമ്പം
വെള്ളം തരാനാ
വേണ്ടാമ്മേ!

ന്നാണ് പ്രത്യേകിച്ച്, ചെറുപ്പക്കാർ അവിടെ കൂടുതലായി പങ്കെടു ക്കുന്നു. കൂടിവരവുകളിൽ സന്തോഷത്തോടെ പങ്കെടുക്കുന്ന കുടിയേറ്റത്തിന്റെ ആദ്യതലമുറയിൽപ്പെട്ടവർ യൂറോപ്പ്, ഓസ്ട്രേലിയ പോലുള്ള രാജ്യങ്ങളിൽ കാണുന്നത് സന്തോഷകരവും പ്രതീക്ഷ യുളവാക്കുന്നതുമാണ്.   യഥാർത്ഥത്തിലുള്ള ആത്മീയതകൊണ്ടും, അതുപോലെ അനിശ്ചിതത്വവും കഷ്ടപ്പാടും അനുഭവിക്കാത്തവർ പുതിയൊരു ദേശത്തു ചെല്ലുമ്പോൾ, എങ്ങനെയെങ്കിലും രക്ഷപെടണ മെന്ന നിലയിലുണ്ടാകുന്ന ആത്മീയതകൊണ്ടും ഇതു സംഭവിക്കാം. എന്തായാലും, ഒന്നാം തലമുറയിൽപ്പെട്ട കുടിയേറ്റക്കാർ (പ്രത്യേകിച്ച്, 30 നും 45 നും ഇടയിൽ പ്രായമുള്ള മാതാപിതാക്കളും സഭയിലെ മുതിർന്നവരും) ഏറ്റവും മികച്ച രീതിയിൽ ദൈവകൃപയോടെ ഈ തലമുറയ്ക്കൊപ്പം സഞ്ചരിക്കണം. ഈ കുടിയേറ്റത്തിനിടയിൽ ഇപ്പോൾ കുട്ടികളായിരിക്കുന്നവരെയും ഇനിയവിടെ ജനിക്കുന്ന അടുത്ത തലമുറയെയും കൃത്യമായി മനസ്സിലാക്കി, അവരെ മെന്റർ ചെയ്യുകയും വേണം. രണ്ടും മൂന്നും തലമുറയായപ്പോൾ, മിക്ക അമേരിക്കൻ മലയാളിസഭകളിലും അൻപതു വയസ്സിൽ താഴെയുള്ള വർ വരാതെയായി (അകന്നുപോയി) എന്ന വസ്തുത നമ്മുടെ മുൻപിലുണ്ട്.

കുടിയേറ്റക്കാരായ ദൈവമക്കളിൽ പലരും നേരിടുന്ന മുഖ്യപ്രശ്നം ജീവിതത്തിന്റെ നിർണായകമായ ഒരു കാലയളവ് (25 വയസ്സു മുതൽ 45 വയസ്സുവരെ) പുതിയ രാജ്യത്ത് ഒന്നു സെറ്റിൽ ആകാൻ വേണ്ടി ചെലവഴിക്കേണ്ടിവരും. മിക്കവാറും വിട്ടുവീഴ്ച ചെയ്യുന്നത് ക്രിസ്തീയ ദൗത്യം ഒറ്റയ്ക്കും കുടുംബമായും ചെയ്യാനുള്ള സമയമായിരിക്കും. സ്ഥലമേതാണെങ്കിലും രാജ്യമേതാണെങ്കിലും, ഗോഡ്ലി ടൈംടേബി ളിൽ വിട്ടുവീഴ്ചയരുത്. ദാനിയേലും നെഹെമ്യാവും പൗലോസു മൊക്കെ നമ്മുടെ മുൻപിലുള്ള മികച്ച ഉദാഹരങ്ങളാണ്. ജീവിതം കരുപ്പിടിപ്പിക്കുന്ന തിരക്കിനിടയിൽ മികച്ച രീതിയിൽ റിസോഴ്സ്ഫുൾ ആകുവാൻ മറക്കരുത്. കേവലം ഞായറാഴ്ചത്തെ രണ്ടോ മൂന്നോ മണിക്കൂർ കൂട്ടായ്മയിലൊതുങ്ങരുത് നിങ്ങളുടെയും കുടുംബത്തി ന്റെയും ആത്മീയയാത്ര.

പുതിയ സംസ്കാരത്തിൽ കുട്ടികൾ ചോദിക്കുന്ന ചോദ്യങ്ങൾ, അവർ നേരിടുന്ന ഐഡെന്റിറ്റി ക്രൈസിസ് എന്നിവ ജാഗ്രതയോടെ കൈകാര്യം ചെയ്യണം. ഉദാഹരണം: അവിടത്തെ ഭാഷയിലെ സ്ലാങ്ങും ഇന്ത്യക്കാരുടെ സ്ലാങ്ങും വ്യത്യസ്തമാണ്. അതുകൊണ്ടു മാതാപിതാ

ക്കൾ സംസാരിക്കുന്ന ഇന്ത്യൻ ശൈലി ഇഷ്ടമില്ലാത്തതുകൊണ്ട് അവർ സ്കൂളിൽ വരുന്നത് ഇഷ്ടമില്ലാത്ത മക്കളുണ്ട്. എൽ ജി ബി റ്റി നിയമങ്ങൾ പ്രബലമായതുകൊണ്ടു സ്വന്തം മക്കളുടെ ജെൻഡർ കോളം പൂരിപ്പിക്കാൻപോലും അനുവാദമില്ലാത്ത സ്ഥലങ്ങളുണ്ട്. തങ്ങളുടെ ജെൻഡർ ആണോ പെണ്ണോ, അതോ മറ്റെതെങ്കിലും ആണോ എന്നു തീരുമാനിക്കേണ്ടത് അവരാണെന്നാണ് ഇങ്ങനെയുള്ള നിയമങ്ങൾ പറയുന്നത്. സ്ത്രീ, പുരുഷൻ, യൂണിസെക്സ് എന്നീ മൂന്നു തരത്തി ലാണ് വാഷ് റൂമുകൾ പോലുമുള്ളത്. ഇവിടെനിന്നു പോകുന്ന ചെറുപ്പക്കാരും മാതാപിതാക്കളും അതുപോലെ അവരെ പറഞ്ഞു വിടുന്നവരും ഈ ചുറ്റുപാടുകൾ മനസ്സിലാക്കുകയും ബിബ്ലിക്കൽ ആയി ഈ വിഷയങ്ങൾ നേരിടാനുള്ള വിവേകമാർജ്ജിക്കുകയും വേണം.

3. മാതൃരാജ്യത്തിന്റെ ആവശ്യങ്ങളും സാധ്യതകളുമെന്താണെന്ന ബോധ്യത്തോടെ ചെയ്യേണ്ടുന്ന കാര്യങ്ങൾ

ഏതു ദേശത്തു പോയാലും ജനിച്ചു വളർന്ന നാടും മാതാപിതാ ക്കളും അവരോടുള്ള കരുതലും മികച്ചതാകണം. കറൻസി മൂല്യത്തേ ക്കാൾ വലുതായിരിക്കണം സ്നേഹത്തിന്റെ മൂല്യം.

നിങ്ങൾ ജീവിക്കുന്ന രാജ്യത്തെ ഭാഷയ്ക്കൊപ്പം മാതാപിതാ ക്കളുടെ ഭാഷയും ഭക്ഷണശീലവുമൊക്കെ കുറച്ചൊക്കെ അടുത്ത തലമുറയെ പഠിപ്പിക്കുന്നത് നന്നായിരിക്കും. മാതാപിതാക്കളെ ഇടയ്ക്കിടക്കു കൊണ്ടുപോകുന്നതും അവരോടുള്ള കുട്ടികളുടെ ഇടപെടലുകൾ ടീനേജ് പ്രായംവരെയെങ്കിലും കൃത്യമായി പ്ലാൻ ചെയ്യുന്നതും ബന്ധങ്ങളെ ഊട്ടിവളർത്തുവാൻ നല്ലതായിരിക്കും. നാട്ടിലുള്ള മാതാപിതാക്കളും അവിടെ പോകുമ്പോൾ, കാലത്തിന്റെയും സംസ്കാരത്തിന്റെയും മാറ്റം തിരിച്ചറിഞ്ഞ് അവരെ ബോധ്യപ്പെടുത്തി ദൈവികമൂല്യങ്ങൾ പറഞ്ഞുകൊടുത്ത് അവർക്കൊപ്പം സഞ്ചരിക്കണം.

രണ്ടോ മൂന്നോ വർഷങ്ങൾ കൂടുമ്പോൾ, അവധിക്കാലം ചെലവഴി ക്കുവാൻ നാട്ടിൽ വരാൻ കഴിവതും മക്കൾക്കൊപ്പം ശ്രമിക്കണം. ആ യാത്രകളിൽ കഴിവതും ദൗത്യബോധത്തോടെയുള്ള യാത്രകൾ ഉൾപ്പെടുത്തണം. ഭാരതത്തിന്റെ ആവശ്യങ്ങൾ പ്രാർത്ഥനയോടെ മനസ്സിലാക്കണം. മറ്റൊരു രാജ്യത്തു കുടിയേറ്റക്കാരനായി ജീവിച്ച പ്പോൾ, മികച്ച കരിയർ ഉണ്ടായിരുന്ന നെഹെമ്യാവ് ജന്മദേശമായ യെരു ശലേമിനെ ഓർത്തപ്പോൾ കരഞ്ഞതുപോലെ, ദൗത്യം നിറവേറ്റാൻ അവിടേക്കു യാത്ര ചെയ്തതുപോലെ നിങ്ങളും ചെയ്യണം.

ഡോളറിനും പൗണ്ടിനും ദിനാറിനും രൂപയെക്കാൾ മൂല്യമുള്ളതു കൊണ്ട് മിക്ക അതിഥികൾക്കും നേതാക്കൾക്കും സംഘടനകൾക്കും നിങ്ങളെ ഇഷ്ടമായിരിക്കും. തീർച്ചയായും ദൈവികമായ ദൗത്യ ങ്ങൾക്കു കൊടുക്കുവാൻ ഉത്സാഹികളായിരിക്കണം. പക്ഷേ, വിവേക ത്തോടെ കൊടുക്കാനും കൊടുക്കുന്നത് കൃത്യമായി വിനിയോഗി ക്കുന്നുണ്ടോയെന്നു ശ്രദ്ധിക്കുവാനും മറക്കരുത്. നിങ്ങളെ ആരും വഞ്ചി ക്കാതിരിക്കാൻ (കബളിപ്പിക്കാതിരിക്കാൻ) സൂക്ഷിക്കണം.

4. **കേരളത്തിലേക്കു കുടിയേറുന്നവരുടെയിൽ നാട്ടിലുള്ളവർ തിരിച്ചറിയേണ്ട ദൗത്യബോധത്തിന്റെ കാര്യങ്ങൾ**

ഇവിടെനിന്ന് ഉന്നതപഠനത്തിനുവേണ്ടിയും ഉന്നതജോലിക്കു വേണ്ടിയും പോകുന്നവരെപ്പോലെയല്ല മറ്റുള്ള സംസ്ഥാനങ്ങളിൽ നിന്ന് ഇവിടെ വന്നിട്ടുള്ള ലക്ഷക്കണക്കിന് കുടിയേറ്റക്കാരായ അതിഥിത്തൊഴിലാളികൾ.   മികച്ച വിദ്യാഭ്യാസവും നല്ല ജീവിത ചുറ്റുപാടുകളിൽ വളർന്നിട്ടുള്ളവരമല്ല അവരിൽ മിക്കവരും. അതിന്റെ തായ പ്രശ്നങ്ങളും അക്രമണങ്ങളും അവരുടെ ഭാഗത്തുണ്ടെന്നുള്ളത് നഗ്നസത്യംതന്നെയാണ്. പക്ഷേ അരക്കോടിയോളം ജനസംഖ്യ യുള്ള അവരെക്കൂടാതെ കേരളത്തിനു മുൻപോട്ടു പോകുവാൻ കഴിയു കയില്ല. നഗരത്തിൽ പുതുതായി വരുന്നവരെന്ന നിലയിൽ അവർക്ക് അതിജീവനത്തിനും, അർത്ഥപൂർണ്ണവും ലക്ഷ്യബോധമുള്ളതുമായ ജീവിതത്തിനും വളരെയധികം സഹായവും പ്രോത്സാഹനവും പിന്തുണയും ആവശ്യമാണ്. അത് ആഗ്രഹിക്കുന്ന ഭക്തരായ വിശ്വാസി കളുടെ ഒരു ചെറിയ കൂട്ടം അവരുടെയിടയിലുണ്ട്. ബൈബിൾ പറയുന്നു, "പരദേശി നിന്നോടുകൂടെ നിങ്ങളുടെ ദേശത്തു പാർത്താൽ, അവനെ ഉപദ്രവിക്കരുത്. നിങ്ങളോടുകൂടെ പാർക്കുന്ന പരദേശി നിങ്ങൾക്കു സ്വദേശിയെപ്പോലെ ഇരിക്കണം; അവനെ നിന്നെപ്പോലെതന്നെ സ്നേഹിക്കണം; നിങ്ങളും മിസ്രയീംദേശത്തു പരദേശികളായിരുന്നു വല്ലോ; ഞാൻ നിങ്ങളുടെ ദൈവമായ യഹോവ ആകുന്നു."

മലയാളികളായ നാം ദൗത്യബോധത്തോടെ, ഭാരത്തിലെ മറ്റുള്ള ഇടങ്ങളിൽ പോകാതെയായയപ്പോൾ, ഇങ്ങോട്ടു വരുന്ന ജനക്കൂട്ടത്തെ യെങ്കിലും ക്രിസ്തീയദൗത്യബോധത്തോടെ നമ്മൾ കരുതേണ്ടി യിരിക്കുന്നു. ഹിന്ദിയിലും നേപ്പാളിയിലും ബംഗാളിയിലും മണിപ്പൂരി യിലും ഒഡിയയിലുമുള്ള ധാരാളം സഭകൾ ഇവിടെയുണ്ടാകണം. അതിന്റെ ഫലമായി അവരും അവരുടെ സ്ഥലങ്ങളും അനുഗ്രഹിക്ക

പ്പെടുകയും അവർ നല്ല ജീവിതമൂല്യങ്ങൾ പടുത്തുയർത്തുന്ന വെളിച്ചം പകരുന്ന ജനസമൂഹമായി മാറുകയും വേണം. ഉദാഹരണം: സ്ഥിര മായി വരുന്ന മാന്യന്മാരായ കുറച്ചു ഹിന്ദി സഹോദരങ്ങളെ സഭാ യോഗം കഴിഞ്ഞു കൊണ്ടുവിടാമോയെന്നു ചോദിച്ചപ്പോൾ, എന്റെ കാറിൽ ചെളി പിടിക്കുമെന്നു പറഞ്ഞ് അവരെ കയറ്റാൻ പറ്റില്ലെന്നു പറയുന്നവരും നമ്മുടെയിടയിലുണ്ട്.

ഇന്ന് അന്യസംസ്ഥാനക്കാർ കൂടുന്ന സഭകളിലെ തദ്ദേശീയരായ അവരുടെ പാസ്റ്റർമാർ നേരിടുന്ന ഏറ്റവും വലിയ വെല്ലുവിളി കേരള ത്തിൽ ഹാൾ വാടകക്ക് എടുത്തു കൂട്ടായ്മ നടത്തുകയെന്നുള്ളതാണ്. കേവലം ഞായറാഴ്ച ഒരു സഭായോഗം മാത്രമുള്ള സഭകൾ, ബൈബിൾ പ്രകാരമുള്ള ഉപദേശങ്ങൾ പിന്തുടരുന്ന അന്യസംസ്ഥാന ക്കാരായ കൂട്ടായ്മക്കാർക്ക് ആഴ്ചയിൽ ഒരു ദിവസം സൗജന്യമായി മൂന്നോ നാലോ മണിക്കൂർ ഉത്തരവാദിത്വത്തോടെ വിട്ടു കൊടുത്താൽ നല്ലതായിരിക്കും. സ്വർഗ്ഗരാജ്യത്തിന്റെ വ്യാപ്തിക്ക് അതുകാരണമായി ത്തീരും.

നോട്ട് ദ് പോയിന്റ്
കേരളത്തിലെ സഭകളോട് 5 ചോദ്യങ്ങൾ

- പത്തിരുപതു വർഷത്തിനുള്ളിൽ കേരളത്തിലെ പല സഭ കളും ആളുകളില്ലാത്തതിനാലും റിസോഴ്സുകൾ ഇല്ലാ ത്തതുകൊണ്ടും അടച്ചു പൂട്ടാൻ സാധ്യതയുണ്ടോ? ചിന്തി ക്കുക. അങ്ങനെയാകാതിരിക്കാൻ പ്രാർത്ഥിക്കുകയും ക്രിസ്തീയദൗത്യം വിശ്വസ്തതയോടെ തുടരുകയും ചെയ്യുക. നമുക്കൊരു കോഴ്സ് കറക്ഷന്റെ ആവശ്യമുണ്ടെങ്കിൽ, അതു ചെയ്യാൻ മറക്കരുത്.

- മികച്ചവർ നാടുവിടുമ്പോൾ, കേരളത്തിൽ നിൽക്കുവാൻ ആഗ്രഹിക്കുന്ന യുവമനുഷ്യവിഭവസമ്പത്തിനെ മെന്റോർ ചെയ്യുവാനും പ്രോത്സാഹിപ്പിക്കുവാനും ക്രിസ്തുവിൽ കരുതു വാനും സഭകൾ ശ്രദ്ധിക്കുമോ? ചിന്തിക്കുക. അതിനായി പ്രയത്നിക്കുക!

- കേരളം ഒരു വൃദ്ധസദനമാകുമ്പോൾ, ഇനിയധികം സംഭാവന കൾ തരാൻ സാധ്യതയില്ലാത്ത പ്രായമുള്ളവരെ കരുതുന്ന എൽഡേഴ്സ് ഫ്രണ്ട്ലി ആകുമോ കേരളത്തിലെ സഭകളും വീടുകളും? ചിന്തിക്കുക! വൃദ്ധരായവരെ കരുതുക! സന്ദർശി ക്കുക.

- ഇരുപതും മുപ്പതും വർഷം കഴിയുമ്പോൾ, ഇവിടെനിന്ന് വിദേശരാജ്യങ്ങളിലേക്കു കുടിയേറിപ്പോയവർ സമ്പത്തും നിലനിൽപ്പും സെറ്റ് ആയി കഴിയുമ്പോൾ, ഭാരതത്തിലെ ദൗത്യം മറക്കുമോ? വിശാലമായ ഇവിടുത്തെ വയൽ അവർ കണ്ണു തുറന്നു നോക്കുമോ? ചിന്തിക്കുക. കുടിയേറുന്ന ഒന്നാം തലമുറയുടെ ദൗത്യം വളരെ വലുതാണ്.

- നൂറുകണക്കിന് അതിഥിത്തൊഴിലാളികൾ ആരാധിക്കുന്ന പലഭാഷകളിലുള്ള ആയിരക്കണക്കിനു ക്രിസ്തീയകൂട്ടായ്മ കൾ വരും വർഷങ്ങളിൽ കേരളത്തിലുണ്ടാകുമോ? അങ്ങനെ യുണ്ടാകണമെന്ന് ശരിക്കും ആഗ്രഹിക്കുന്നു! കേരളത്തിലെ സഭകൾ നല്ല മനസ്സോടെ, ആത്മാക്കളെക്കുറിച്ചുള്ള ഭാര ത്തോടെ വാതിലുകൾ തുറക്കട്ടെ!

പ്രിയമുള്ളവരേ, ജീവിതമെന്നത് ഉന്നതപഠനവും വിദേശ യാത്രകളും അവസരങ്ങളും ബാങ്ക് ബാലൻസ് എന്നിവ മാത്രമല്ല, ആത്മീയലക്ഷ്യബോധമുള്ളതായിരിക്കണം. നമ്മെ ഏറ്റവും കൂടുതൽ ഉപയോഗിക്കുന്നത് ആവശ്യമുള്ള സ്ഥലങ്ങളിലാണ്. 'കർത്താവേ, കർത്താവേ എന്നു വിളിക്കുന്നവരല്ല, കർത്താവിന്റെ ഇഷ്ടം ചെയ്യുന്നവരായി' മാറണം. ഓരോ യാത്രകളുടെ തീരുമാനങ്ങളിലും കർത്താവിന്റെ ഇഷ്ടത്തിനു പ്രാധാന്യം കൊടുക്കുക. മഹാനിയോഗം (Great Commision) ഒരു മഹാ കുടിയേറ്റ(Great migration)വിളംബരമാണ്. എന്നാൽ, സ്വന്തം കാര്യത്തിനുവേണ്ടിയല്ല ഈ യാത്ര; ഇതൊരു സുവിശേഷദൗത്യയാത്രയാണ്. ആമേൻ കർത്താവേ, വേഗം വരേണമേ!

7

കമോൺ ഗയ്സ്... ഓടിവാ ഗയ്സ്

ഹലോ ഗയ്സ് ....

ടെക്നോളജി ഉള്ളതുകൊണ്ട് ഈ കോവിഡ് കാലത്തു നമ്മൾ രക്ഷപെട്ടു.

ഗൂഗിൾ മീറ്റും സൂമും ടീംസ് മീറ്റിങ്ങും വിക്കൂറി ചാനലും ബൈജുസ് ആപ് പോലുള്ള ടെക്നോളജി സപ്പോർട്ടും കിട്ടിയില്ലായിരുന്നു വെങ്കിൽ, കോവിഡ് സമയത്തു പഠിത്തം കട്ടപ്പുകയായേനേ!

അതുപോലെ ദൂരെയുള്ളവരെ സ്ക്രീനിലൂടെയെങ്കിലും കാണു വാനും സംസാരിക്കുവാനും സാധിച്ചു. കൂട്ടായ്മകൾ ഓൺലൈൻ ആയിട്ടെങ്കിലും നടത്തുവാൻ കഴിഞ്ഞു.

പക്ഷേ, സ്മാർട്ഫോൺ പലപ്പോഴും നാമറിയാതെതന്നെ നമ്മുടെ തലച്ചോറിനും ഹൃദയത്തിനും അവധി നൽകി, മണ്ടത്തരങ്ങൾ ചെയ്യിപ്പിച്ചു, സമയം പാഴാക്കിക്കളഞ്ഞു, ദുരന്തങ്ങളിൽ കൊണ്ടെത്തിച്ചു എന്ന മറുവശവും നാം തിരിച്ചറിയണം.

സ്ക്രീനിൽ തോണ്ടിയിരിക്കുമ്പോൾ, സ്വയം ചിന്തിക്കാനുള്ള ശേഷി പലപ്പോഴും സ്ക്രീനിലെ കഥാപാത്രങ്ങൾ പോസിറ്റീവായും നെഗറ്റീവായും വലിച്ചെടുക്കുന്നു. ദൗർഭാഗ്യവശാൽ, നെഗറ്റീവ് സംഭവ ങ്ങളുടെ അതിപ്രസരം തേർഡ് വേവ് വ്യാപിക്കുന്നതുപോലെ പടരുന്നത് അപകടകരമാണ്.

ഇതിനിടയിലെ മറ്റൊരു ട്രെൻഡ് ആണ് ഇൻഫ്ളുവൻസറും മോബ് കൾച്ചറും. മൂല്യമുള്ള കാര്യങ്ങളുമായി സ്വാധീനിക്കുക, സ്ഥലങ്ങൾ കാണിച്ചു കൊടുക്കുക, കുക്കിങ്, വ്യായാമം, ടെക്നോളജി കാര്യങ്ങളി ലുള്ള അറിവുകൾ പങ്കുവയ്ക്കുക, നല്ല മൂല്യങ്ങളുമായി കൂട്ടം കൂടുക

57

സ്പീഡീ വീൽസ്
എന്നാകിരുന്ന
റീലിന്റെ പേര്..
അതിക്രൂരം
ലോ സ്പീഡിലെ
അതിക്രൂരമെന്ന
വിചാരിച്ചില്ല...

ഇങ്ങനെയുള്ള ധാരാളം കാര്യങ്ങൾ സമൂഹത്തിനു വളരെ പ്രയോജന പ്രദമാണ്.

എന്നാൽ വൈറലാകാനും ഫോളോവേഴ്സിന്റെ എണ്ണം കൂട്ടാനും ഇന്നത്തെ കാലത്തു ചില യൂട്യൂബേഴ്സ് എളുപ്പത്തിൽ ചെയ്യുന്ന ആറു നെഗറ്റീവ് കാര്യങ്ങൾ പലപ്പോഴും ധാരാളം വ്യൂവേഴ്സിനെ പ്രത്യേകിച്ചും ചെറുപ്പക്കാരെ സ്വാധീനിക്കുന്നുണ്ട്.

1) ആഭാസം നിറഞ്ഞ മണ്ടത്തരം പറയുക, കാണിക്കുക: നർമ്മം ശരിക്കും ആസ്വദിക്കണം, ചിരിക്കണം, ചിന്തിക്കുകയും വേണം. സ്റ്റാൻഡ് അപ് കോമഡിപോലുള്ള സംഭവങ്ങൾ രസകരമാണ്. പക്ഷേ മൂല്യങ്ങളെ കെടുത്തിക്കളയുന്ന ആശയങ്ങൾ, ദ്വയാർത്ഥ പ്രയോഗങ്ങൾ, വ്യക്തിത്വത്തെ അധിക്ഷേപിക്കുന്ന വാക്കുകൾ, കുടുംബാംഗങ്ങൾ ഒരുമിച്ചിരുന്നു കേൾക്കാൻ പറ്റാത്ത കാര്യങ്ങൾ തീർച്ചയായയും ഒഴിവാക്കണം.

2) മസാലവാക്കുകൾ പറയുക: സ്ത്രീകളോടും കുട്ടികളോടും തെറി പറഞ്ഞു കോടീശ്വരനായി ഈയിടെ ചെന്നെയിൽ അറസ്റ്റിലായ യൂട്യൂബർമാരെപ്പോലെയുള്ളവർ തീർച്ചയായും സമൂഹത്തിനു വെല്ലുവിളിതന്നെയാണ്.

3) മറ്റുള്ളവരെ ചീത്ത പറയുക: ചീത്തവിളിച്ചു കിട്ടുന്ന വ്യൂസും തിരിച്ചു ചീത്തവിളി വരുമ്പോൾ ലഭിക്കുന്ന വ്യൂസും അക്കൗണ്ടിലേക്കു ക്യാഷ് എത്തിക്കുമെന്ന മാർക്കറ്റിങ് അറിയുന്ന മിടുക്കന്മാരാണു പലരും; തിരിച്ചറിയാതെ ക്ലിക്കുന്ന ജനം മണ്ടന്മാരുമാണ്.

4) അപകടകരമായ സാഹസികരംഗങ്ങൾ നിയമത്തെ വെല്ലുവിളിച്ചു കാട്ടുക: വണ്ടിഭ്രാന്തന്മാരായി, നിരത്തിൽ അലക്ഷ്യമായി, സ്പീഡിൽ സാഹസികത കാണിച്ചു മൂന്നു പേരുടെ ജീവനെടു ത്തതിനുശേഷം, കേരളാപോലീസിന്റെ ഫേസ്ബുക്ക് പേജിൽ അവർ ധീരന്മാരാണ് പൊരുതിത്തോറ്റാൽ, അങ്ങു പോട്ടെ എന്നു വയ്ക്കും. അണയാനല്ല, ആളിക്കത്താനുള്ള കലാപരിപാടിയാണിത് എന്നൊക്കെ പോസ്റ്റിടുന്ന തരത്തിലുള്ള രീതിയിലേക്ക് നമ്മുടെ കൊച്ചുകൂട്ടുകാരെ ഇൻഫ്ളുവൻസേഴ്സ് നയിക്കരുത്.

5) അതിശയോക്തി പറയുക: സൂപ്പർസ്റ്റാറിന്റെ കാർ ഞങ്ങൾ വാങ്ങി, 2 കോടി കൊടുത്തു നായ്ക്കുട്ടിയെ വാങ്ങി, 200 കോടി മുടക്കി ഞങ്ങൾ ആളിനെ ഇറക്കി, 100 കോടി സ്ത്രീധനം വാങ്ങി, 2 കോടി

മുടക്കി വണ്ടി റിപ്പയർ ചെയ്തു അതിശയോക്തി തലക്കെട്ടുകളിട്ടു വ്യൂവേഴ്സിനെ കൂട്ടുന്ന ശൈലി ശീലമാക്കുന്നവർ മിഥ്യാലോക ത്തിലാണ് പലപ്പോഴും ജീവിക്കുന്നത്. ജോലി ചെയ്യേണ്ടപ്പോൾ ജോലി ചെയ്യാതെ, പഠിക്കേണ്ട സമയത്തു പഠിക്കാതെ, ക്രീയേ റ്റീവും പോസിറ്റീവും ആയ കാര്യങ്ങൾ ചെയ്യാതെ ഒരുപാടു ചെറുപ്പ ക്കാർ അതിശയോക്തി ലോകത്തു വട്ടം കറങ്ങി ദിവാസ്വപ്നങ്ങൾ കണ്ടു നിയമം തെറ്റിച്ചും നിയമങ്ങളെ വെല്ലുവിളിച്ചും സഞ്ചരി ക്കുന്നതിനു പലപ്പോഴും ഈ കൾച്ചർ കാരണമാകുന്നു.

6)   ഒച്ച വെച്ച് റീച്ച് കൂട്ടൽ കാണുന്നവരും കേൾക്കുന്നവരും ഇളകണം, അല്ലെങ്കിൽ നമ്മൾ ഇളക്കണം. അവർ ഇളകിയാൽ നമ്മുടെ യൂട്യൂബ് പൊളിയാകും എന്നാണ് ചിലരുടെ അഭിപ്രായം. (ബൈ ദ് വേ ...മുതിർന്നവരുടെ ശ്രദ്ധയ്ക്ക് ..പൊളിയുടെ സ്പെല്ലിങ് Poli എന്നല്ല ..Pwoli എന്നാണ്)

ആത്മീയലോകത്തിലും ഈ ആറു കാര്യങ്ങളിൽ പലതും പല ശൈലിയിൽ (കൂട്ടിയും കുറച്ചും) പിന്തുടരുന്ന പലരെയും കാണുന്നു. ജാഗ്രതയുടെ, പക്വതയുടെ, പരിജ്ഞാനത്തിന്റെ അതിരു കടക്കാതെ സൂക്ഷിക്കുക.

സബ്സ്ക്രൈബ് & ബെൽ ബട്ടൺ അമർത്താൻ പറയുമ്പോൾ യൂട്യൂബേഴ്സ് ശ്രദ്ധിക്കുക സമൂഹത്തിനു മൂല്യങ്ങളാണ്, അറിവു കളാണ് കൈമാറ്റം ചെയ്യേണ്ടത് ..നാടു കത്തിക്കുവാനല്ല ഒരു ജനറേഷനെ നിങ്ങൾ കൂട്ടേണ്ടത്. ഒരുപാടു നല്ല കാര്യങ്ങൾ ഇടയ്ക്കിടെ ചെയ്യുന്നുണ്ടാവും. അങ്ങനെയുള്ള നല്ല ആശയങ്ങളെ പിന്തുടരുക. പക്ഷേ ദോഷമായ ഒരു മണ്ടത്തരം, തെറ്റായ റിവ്യൂകൾ, കാശിനു വേണ്ടി മാത്രമുള്ള തരികിടകൾ, നിയമലംഘനം അതു നിങ്ങളെ പ്രതിക്കൂട്ടിലാക്കും. ലക്ഷങ്ങൾ ലൈക്ക് നല്കിയവർ മിക്കവാറും രക്ഷപെടുത്താനും വരില്ല.

ബൈബിളിൽ മനോഹരമായ ഒരു വാക്യമുണ്ട്:

"സഹോദരന്മാരേ, സത്യമായത് ഒക്കെയും ഘനമായത് ഒക്കെയും നീതിയായത് ഒക്കെയും നിർമ്മലമായത് ഒക്കെയും രമ്യമായത് ഒക്കെയും സൽഗുണമോ പുകഴ്ചയോ അത് ഒക്കെയും ചിന്തിച്ചു കൊൾവിൻ" (ഫിലിപ്പിയർ 4:8). Finally brothers and sisters, Whatever is true, whatever is noble, whatever is right , whatever is pure, whatever is lovely,

whatever is admirable - if anything is excellent or praiseworthy - think about
such things."

തഗ് ഡയലോഗ്

കമോൺ ഗയ്സ് .. ..

യേശുക്രിസ്തുവിനെ അനുഗമിക്കുന്ന കൂട്ടുകാരാണോ നിങ്ങൾ!

ഓടിവാ ഗയ്സ്..

അവിടുന്ന് എന്റെ പ്രാണനുവേണ്ടി ചെയ്തതു ഞാൻ വിവരിക്കാം!

ഈ ലോകത്തിലെ സകല ലൈക്കുകളും നേടിയിട്ടും നിത്യജീവൻ
നഷ്ടപ്പെടുത്തിയാൽ ഒരു പ്രയോജനവുമില്ല!

8

ജനറേഷൻ 2X

വാട്സാപ്പിൽ ഓഡിയോ മെസ്സേജുകൾ വായിക്കുമ്പോൾ, യൂട്യൂബിൽ വീഡിയോ കാണുമ്പോൾ 1X, 1.25X, 1.5X, 2 X ഓപ്ഷൻസ് നാം കാണാറുണ്ട്. ഫാസ്റ്റ് പ്ലേ ബാക്ക് വോയ്സ് ഫീച്ചർ എന്നും ഇതിനെ പറയാം. വളരെ വേഗത്തിൽ സന്ദേശങ്ങൾ കേൾക്കാനും കാണാനും ടെക്നോളജി ലോകത്തിൽ സഹായിക്കുന്ന ഒരു മാർഗമാണിത്. 700 കോടി വോയിസ് മെസ്സേജുകളാണ് ഒരു ദിവസം വാട്സ്ആപ്പിലൂടെ ഉപയോക്താക്കൾ അയയ്ക്കുന്നതെന്ന് മാർച്ച് 30, 2022 ലെ മെറ്റാ കണക്കുകൾ പറയുന്നു.

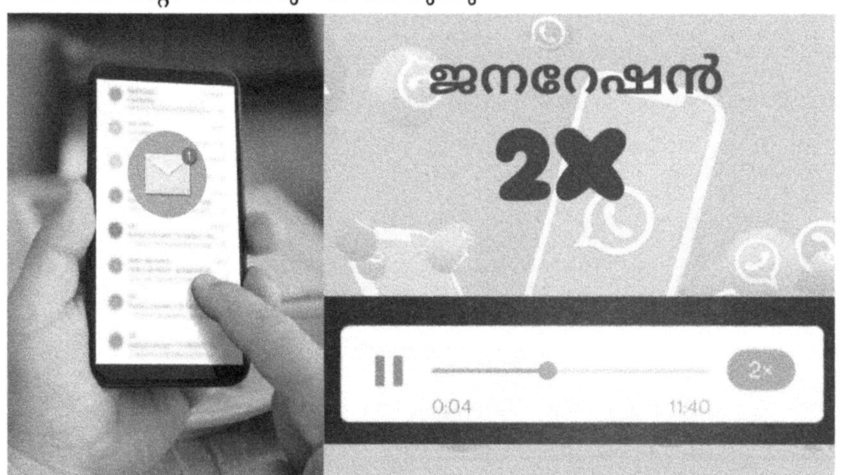

ഉദാഹരണം ഫ്രം സെലിബ്രിറ്റി ലോകം

ടൈംസ് ഓഫ് ഇന്ത്യയിൽ കുറച്ചു നാൾ മുൻപ് വന്ന ഒരു സെലിബ്രിറ്റി ഇന്റർവ്യൂവിൽ ഒരു ബോളിവുഡ് സീനിയർ നടൻ പറഞ്ഞതിങ്ങനെയാണ്:

62

ഈ തലമുറ സിനിമകൾ **2X** (ഇരട്ടി വേഗത്തിൽ) കാണുന്നു. അവർ മാനസികമായി വേഗമുള്ളവരാണ്. നമ്മൾ അവരുടെ ഒപ്പമെത്തണം.

ഉദാഹരണം ഫ്രം സഭ

കുറച്ചു നാൾമുൻപ് കോവിഡ് കാലയളവിൽ, സഭയിലെ ഓൺ ലൈൻ പ്രാർത്ഥനാ മീറ്റിങ്ങിൽ പങ്കെടുക്കുന്ന പയ്യൻ പറഞ്ഞതിങ്ങനെ യാണ്: "വചനം പറയുന്ന ചിലർ വളരെ വേഗം കുറച്ചു സ്ലോ മോഷനി ലാണ് പ്രസംഗിക്കുന്നത്. ഉള്ളടക്കം ഒട്ടും ഇല്ലതാനും. ചിലപ്പോ ഴൊക്കെ ലൈവ് കഴിയുമ്പോൾ യൂട്യൂബിൽ കയറി ഞാൻ അവരുടെ പ്രസംഗം 2 x സ്പീഡിൽ ഇട്ടാണ് കേൾക്കുന്നത്. യൂട്യൂബിൽ എങ്കിലും കയറി പിന്നീടെങ്കിലും കേൾക്കുന്ന അവനെ സമ്മതിക്കണം."

ഈ ഉദാഹരണങ്ങൾ നമ്മെ പഠിപ്പിക്കുന്നത്

1. എല്ലാവരും തിരക്കിലാണ്: പ്രായഭേദമെന്യേ എല്ലാവർക്കും തിരക്കുണ്ട്.

2. ഉള്ളടക്കമുള്ളവരാകണം; ബോറടിപ്പിക്കരുത്.

3. മറ്റുള്ളവരുടെ സമയത്തിന്റെ വില മനസിലാക്കണം.

4. പുതുതലമുറയുടെ/അപ്ഡേറ്റ് ചെയ്യുന്നവരുടെ ബ്രെയിൻവെയർ വേഗത്തിൽ കാര്യങ്ങൾ മനസിലാക്കാൻ അവരെ സഹായിക്കുന്നു.

ദാവീദിന്റെ
കവണയെക്കുറ്റി
ഒന്നരമണിക്കൂറാ
ണാൻ കഴിഞ്ഞാഴ്ച
പ്രസംഗിച്ചത്...

Rev. ALIVE
READY TO RAPTURE
CHURCH

ഞാനത്
മൂറ്റമ്പിൽ
അരമണിക്കൂറു
കൊണ്ടു
കേട്ടു...

5. ഷോര്‍ട് ആന്‍ഡ് സ്വീറ്റ് ശരിക്കും ശ്രദ്ധയുടെ വാതില്‍ തുറക്കുവാന്‍ സഹായിക്കും.

2X കാര്‍ തിരിച്ചറിയുവാന്‍

1. തിരക്കിന്റെ ലോകത്ത് ഉള്ളടക്കമുള്ള, പ്രസക്തമായ, മൂല്യമുള്ള കാര്യങ്ങള്‍ നിങ്ങള്‍ തള്ളിക്കളയരുത്.

2. വേഗവും ശബ്ദവും ചടുലതയും നല്ലതാണ്; പക്ഷേ സാവധാനത യ്ക്കും മൗനത്തിനും ക്ഷമയ്ക്കും ജീവിതത്തില്‍ റോളുകളു ണ്ടെന്നു തിരിച്ചറിയാതെ പോകരുത്.

1X / 1.25 / 1.5X / 2 X ഉം തിരിച്ചറിയുവാന്‍

ഏതു ടെക്നോളജി ജനറേഷനില്‍പ്പെട്ടവരാണെങ്കിലും, തിരിച്ചറി യേണ്ടതായ വസ്തുത മികവുള്ളതാക്കുന്ന കാര്യങ്ങളെയും നേരുള്ള വഴികളെയും നിര്‍മ്മലതയിലേക്കു നയിക്കുന്നതിനെയും പിന്തുടരാന്‍ മറക്കരുത്. സത്യമായ വചനത്തെയും നീതിയുടെ സ്റ്റാന്‍ഡേര്‍ഡു കളെയും എപ്പോഴും തിരിച്ചറിയണം.

സങ്കീര്‍ത്തനക്കാരന്‍ പറയുന്നു:

യഹോവയുടെ ന്യായപ്രമാണം തികവുള്ളത്;

അതു പ്രാണനെ തണുപ്പിക്കുന്നു.

യഹോവയുടെ സാക്ഷ്യം വിശ്വാസ്യമാകുന്നു;

അത് അല്പബുദ്ധിയെ ജ്ഞാനിയാക്കുന്നു.

യഹോവയുടെ ആജ്ഞകള്‍ നേരുള്ളവ;

അവ ഹൃദയത്തെ സന്തോഷിപ്പിക്കുന്നു;

യഹോവയുടെ കല്പന നിര്‍മ്മലമായത്;

അത് കണ്ണുകളെ പ്രകാശിപ്പിക്കുന്നു.

യഹോവാഭക്തി നിര്‍മ്മലമായത്;

അത് എന്നേക്കും നിലനില്‍ക്കുന്നു;

യഹോവയുടെ വിധികള്‍ സത്യമായവ;

അവ ഒട്ടൊഴിയാതെ നീതിയുള്ളവയാകുന്നു.

അവ പൊന്നിലും വളരെ തങ്കത്തിലും ആഗ്രഹിക്കത്തക്കവ;

തേനിലും തേങ്കട്ടയിലും മധുരമുള്ളവ.

നമ്മുടെ പ്രാണനെ തണുപ്പിക്കുന്ന, വ്യക്തിത്വത്തെ ജ്ഞാനി യാക്കുന്ന ഹൃദയദൃഷ്ടിയെ പ്രകാശിപ്പിക്കുന്ന ഉള്ളടക്കങ്ങളുടെ ആഴം തിരിച്ചറിയുക.

എന്നേക്കും നിലനില്ക്കുന്ന ദൗത്യബോധത്തിന്റെ മാർഗം പിന്തുടരുക, തേനിലും തേങ്കട്ടയിലും മധുരമുള്ള വചനം ആസ്വദിക്കുന്ന തലമുറയായി മാറുക.

ഇതു സ്പാം മെസ്സേജ് അല്ല, അതുകൊണ്ടു വെറുതെ ഗോസിപ്പും, കുറ്റം പറഞ്ഞും ചളു പറഞ്ഞും ഫോർവേഡും ചെയ്തു സമയവും കളയരുത്. 100 X വേഗത്തിൽ സഞ്ചരിക്കേണ്ടുന്ന ദൗത്യത്തിന്റെ വയലുകൾ നമുക്കു ചുറ്റുമുണ്ട്.

കേൾക്കാൻ ചെവിയുള്ളവൻ കേൾക്കട്ടെ! യൂട്യൂബ് ഭാഷയിൽ പറഞ്ഞാൽ, *യൂസ് ഹെഡ്ഫോൺസ് ഫോർ ബെറ്റർ എക്സ്പീരിയൻസ്!*

9

കർത്താവേ, മിന്നിച്ചേക്കണേ!

കൊറോണക്കാലം ഇതുവരെ പരിചിതമല്ലാത്ത പല പദങ്ങളും നമ്മെ പഠിപ്പിച്ചു. ക്വാറന്റീൻ, സോഷ്യൽ ഡിസ്റ്റൻസിങ് തുടങ്ങിയ വാക്കുകൾ അതിനുദാഹരണമാണ്.

Covidiot

കോവിഡ് 19 ന്റെ സമയത്തു പ്രത്യകിച്ചു മറ്റുള്ളവരുടെ സുരക്ഷയെപ്പറ്റി ചിന്തിക്കാതെ, അറിവുണ്ടായിട്ടും അശ്രദ്ധയോടെ പെരുമാറുന്നവരെയാണ് കോവിഡ് ഇഡിയറ്റുകൾ എന്നു പറയുന്നത്.

Pandemiquette

Etiquette എന്ന് പറഞ്ഞാൽ, മര്യാദ / സാമാന്യമര്യാദ എന്നാണല്ലോ അർത്ഥം. മഹാമാരിയുടെ സമയത്തു പാലിക്കേണ്ട മര്യാദകളായ മാസ്ക് ധരിക്കുക, ഷേക്ക് ഹാൻഡ് കൊടുക്കാതിരിക്കുക തുടങ്ങിയ മര്യാദകൾക്കാണ് pandemiquette എന്ന് പറയുന്നത്.

കഴിഞ്ഞ കുറച്ചു വർഷങ്ങളായി നമ്മുടെയിടയിൽ ചെറുപ്പക്കാർ സദാ ഉപയോഗിക്കുന്ന ചില വാക്കുകളും അതുമായി ബന്ധപ്പെട്ട ചില ചിന്തകളും പറയുകയാണ്.

രംഗം 1 അടിപൊളി

ചില വർഷങ്ങൾക്കുമുൻപ് കോട്ടയത്തിനടുത്ത് ഒരു യൂത്ത് ക്യാമ്പിൽ പങ്കെടുത്തതിനുശേഷം, കുടുംബമായി ആ ക്യാമ്പിൽ പങ്കെടുത്ത ഒരു മോളുടെ വീട്ടിൽ അവർ ക്ഷണിച്ചതുകൊണ്ട് ഞങ്ങൾ പോയി. അവിടെച്ചെന്നപ്പോൾ, ആ മോളുടെ മമ്മിയുടെ പരാതി ഇങ്ങനെയായിരുന്നു: "ബ്രദർ, എന്റെ മോളെയൊന്ന് ഉപദേശിക്കണം. ആരാധനയൊക്കെ എങ്ങനെയുണ്ടായിരുന്നു എന്ന് ഇവളോടു

67

ചോദിക്കുമ്പോൾ, അടിപൊളിയായിരുന്നു എന്നൊക്കെയാണ് ഇവൾ പറയുന്നത്. അങ്ങനെയുള്ള മോശമായ പദങ്ങളൊക്കെ ഉപയോഗി ക്കരുതെന്ന് ഇവളോടു പറയണം."

മറുപടി: ബെഞ്ചമിൻ ബെയ്‌ലി ആദ്യമായി ബൈബിൾ മലയാള ത്തിലേക്കു പരിഭാഷപ്പെടുത്തിയ കാലത്തിൽനിന്ന് നാം ഒരുപാടു മാറിയിരിക്കുന്നു. ഭാഷയ്ക്ക് രൂപമാറ്റങ്ങൾ വളരെ വേഗം സംഭവിച്ചു കൊണ്ടിരിക്കുന്ന ഇന്ന് മൂല്യവും ക്രിയാത്മകതയും നഷ്ടപ്പെടാതെ, നവീനശൈലികൾ ഉപയോഗിക്കുന്നതിൽ തെറ്റില്ല.

അടിപൊളിയുടെ ഡിക്ഷനറി അർത്ഥം its commonly used word in malayalam for describing something which is **quiet superb or fascinating**, used by younger generation to express their excitement (മികച്ചതും കൗതുകകരവുമായ കാര്യങ്ങളെപ്പറ്റി പറയുമ്പോൾ, പുതിയ തലമുറ ആവേശത്തോടെ ഉപയോഗിക്കുന്ന ഒരു പദമാണിത്). ഇംഗ്ലീഷിൽ wow, awesome, great എന്നൊക്കെ പറയുന്നതുപോലെ ഉപയോഗിക്കുന്ന ഒരു വാക്കാണിതെന്നു തിരിച്ചറിയുക. മുതിർന്നവരും പതുക്കെ ഈ പദം പിള്ളേർശൈലി കണ്ട് അനുകരിച്ചു തുടങ്ങിയിട്ടുണ്ട്.

ഗംഭീരം എന്നയർത്ഥത്തിൽ കിടു, കിടുക്കാച്ചി, പൊലി (ഇംഗ്ലിഷിൽ എഴുതുമ്പോൾ pwoli എന്നുവേണം എഴുതാൻ. നോട്ട് ദ് പോയ്ന്റ്), പൊളപ്പൻ എന്ന പദങ്ങളും ഇപ്പോഴുണ്ട്.

ആദിയിൽ ദൈവം ആകാശവുംഭൂമിയും സൃഷ്ടിച്ചു. ഭൂമി പാഴായും ശൂന്യമായും ഇരുന്നു. ഉല്പത്തി 1:1-2 a ഈ പഴയ പരിഭാഷയിലെ 'പാഴ്' എന്ന പദത്തെക്കാൾ മെച്ചമായ പരിഭാഷയാണ്, ഭൂമി "രൂപ രഹിതവും" ശൂന്യവും ആയിരുന്നു എന്ന പുത്തൻ മലയാള പരിഭാഷ. പക്ഷേ പണ്ടുമുതൽ മനഃപാഠമാക്കിയ വാക്യം പുത്തൻ ശൈലിയിൽ പറഞ്ഞാൽ, പലർക്കും ഒരു ടെൻഷൻ വരും.

രംഗം 2 (പോസ്റ്റ് ആക്കുക)

ചില മാസങ്ങൾക്കുമുൻപ് ഒരു സഭയിൽ അതിഥിയായി ചെന്നപ്പോൾ, എന്നെ ക്ഷണിച്ച ചെറുപ്പക്കാരൻ പറഞ്ഞു: "ബ്രദറിനു വചനം സംസാരിക്കാൻ ഇത്ര സമയം കൊടുക്കണമെന്നു പറഞ്ഞിട്ടുണ്ട്. പിന്നെ ആരെങ്കിലും അനാവശ്യമായി കൂടുതൽ സാക്ഷ്യം പറഞ്ഞും, പാസ്റ്റർ കൂടുതൽ സമയം അനാവശ്യമായി എടുത്തും പോസ്റ്റാക്കാതിരിക്കാൻ പ്രാർത്ഥിക്കണം."

മറുപടി: "മോനേ, നിങ്ങൾ ക്ഷണിച്ച സമയംമുതൽ ഞാൻ ശരിക്കും ദിവസങ്ങളോളം ധ്യാനിച്ചും വായിച്ചും പ്രാർത്ഥിച്ചും ദൈവം ഏല്പിച്ച ഒരു സന്ദേശവുമായിട്ടാണു വന്നിട്ടുള്ളത്. ദൈവഹിതമനുസരിച്ചുള്ള സമയം മതി. മോൻ സമയത്തെക്കുറിച്ചോർത്തു ടെൻഷനടിക്കരുത്, പ്രാർത്ഥിക്കുക."

പോസ്റ്റാക്കുക = ആളുകളുടെ ക്ഷമ നശിപ്പിച്ച്, സമയം വലിച്ചു നീട്ടി, ബോറടിപ്പിക്കുന്ന അവസ്ഥയെല്ലാം കൂടിച്ചേർന്ന ഭീകരാ വസ്ഥയാണ് ഈ വാക്കുകൊണ്ട് ഉദ്ദേശിക്കുന്നത്.

തട്ടിക്കൂട്ടിയും തയ്യാറാകാതെയും പ്രസംഗിക്കുന്നവർ, ദൗത്യ ബോധമില്ലാതെ വാരിവലിച്ചു സാക്ഷ്യം പറയുന്നവർ. ശ്രോതാക്കളെ പോസ്റ്റാക്കുന്ന സീനുകൾ മിക്ക സഭകളിലും, പ്രത്യേകിച്ചു ഞായറാഴ്ച കളിൽ ധാരാളമുണ്ട്. മലയാളത്തിലെ പ്രശസ്ത എഴുത്തുകാരനായ ബെന്യാമിന്റെ വാക്കുകൾ ഇങ്ങനെയാണ്. എഴുത്തുകാരെക്കാൾ ബുദ്ധിയുള്ളവരാണ് വായനക്കാർ എന്നു വിശ്വസിക്കുന്ന കൂട്ടത്തിലാണ് ഞാൻ. നാമും തിരിച്ചറിയണം, പുരോഹിതന്മാരെക്കാൾ പ്രാർത്ഥിക്കു കയും ധ്യാനിക്കുകയും മാതൃകയോടെ കാര്യങ്ങൾ ചെയ്യുന്ന വിശ്വാസി കളും മുതിർന്നവരെക്കാൾ പക്വതയുള്ള ചെറുപ്പക്കാരുമുള്ള ലോക ത്തിലാണ് നാം ജീവിക്കുന്നത്.

രംഗം 3 കർത്താവേ, മിന്നിച്ചേക്കണേ!

ഈയടുത്തസമയത്ത് ഒരു സഭയിൽ സാക്ഷ്യവേളയിൽ എഴുന്നേൽ ക്കുന്നതിനുമുൻപ് ഒരു കൊച്ചുമോൻ പറഞ്ഞ വാചകമാണിത്. കർത്താവേ, മിന്നിച്ചേക്കണേ!

മിന്നിക്കൽ = നന്നായി കാര്യങ്ങൾ ചെയ്യണേ; സംഭവം സൂപ്പർ ആക്കണം; കൈവിടല്ലേ, മികച്ച പ്രകടനം; കാത്തോളണേ എന്നയർത്ഥ ങ്ങളെല്ലാം ചേരുന്ന ഒരു വാക്കാണിത്. ഇടിയും മിന്നലും 'അപകട പ്പെടുത്തരുതേ' എന്നയർത്ഥത്തിൽ ചിന്തിക്കുന്ന പഴയ ഡിക്ഷനറി ക്കാർക്ക് ഈ വാക്ക് ഒരുപക്ഷേ പിടികിട്ടാതെ പോകാൻ സാധ്യത യുണ്ട്.

പലവിധത്തിലുള്ള കാര്യങ്ങൾ ഒരുമിച്ചു ചെയ്യുന്ന മില്ലെനിയൽ സഹോകൾ സത്യത്തിൽ അടാർ സംഭവമാണ്

ചെറുപ്പക്കാർക്കുള്ള ഉപദേശം (ഫീ ഹിറ്റ്) വാലെന്റൈൻസ് ദിനത്തിൽ ജീസസ് ഈസ് മൈ വാലൻന്റൈൻ എന്ന സ്റ്റാറ്റസുകൾ ഇട്ടു സമൂഹത്തോടു ഒരു സന്ദേശം കൈമാറുവാൻ ശ്രമിക്കുന്ന ചെറുപ്പക്കാരെ അഭിനന്ദിക്കുന്നു. അതേസമയം യേശുവുമായിട്ടുള ബന്ധം ബോയ്ഫ്രണ്ട്, ഗേൾ ഫ്രണ്ട് കളിയല്ലായെന്നും സ്ഥിരതയോടെ നിത്യമായി നിലനിർത്തേണ്ടതാണെന്നും തിരിച്ചറിയുക. അല്ലെങ്കിൽ, അവിടുത്തെ വരവിൽ നിങ്ങൾ പ്ലിങ് ആകുവാൻ സാധ്യതയുണ്ട്.

മുതിർന്നവരോടുള്ള ഉപദേശം (സിസർകട്ട്) പല സഭകളിലുമുള്ള കുഞ്ഞു കുട്ടികളോടും ചെറുപ്പക്കാരോടും ഈയാഴ്ചത്തെ പ്രസംഗം മനസ്സിലായൊന്നു ചോദിക്കുമ്പോൾ അവർ പറയുന്ന മറുപടികൾ ശ്രദ്ധിക്കണം. ഞാൻ കേട്ട ചില ഉത്തരങ്ങൾ ഇങ്ങനെയാണ്: "പ്രസംഗം മുഴുവൻ റിഷും റിഷും ആയിരുന്നു, അന്യഭാഷപോലെയാണ് വാക്കുകൾ." പ്രസംഗിക്കുന്നവർ കുറച്ചെങ്കിലും കുട്ടികളെ കണക്കു ചെയ്യുവാൻ മറന്നുപോകരുത്. ജനറേഷൻ ഗ്യാപ് നിമിത്തം നമ്മുടെ സഭകളിലെ കുട്ടികൾ അകന്നുപോകുന്നതിന് ഒരു പരിധിവരെ നിങ്ങൾ ഉത്തരവാദികളാണ്.

അനുഭവപരിചയമുള്ള മുതിർന്നവരും നൂതനമായ ആശയങ്ങളുള്ള ചെറുപ്പക്കാരും പരിജ്ഞാനത്തോടെ ദൈവകൃപയോടെ ഒരുമിച്ചു പരസ്പരം മനസിലാക്കി യാത്ര തുടർന്നാൽ, അടിപൊളിയായിട്ടു സഭ ശരിക്കും മിന്നിക്കും. കേൾക്കാൻ ചെവിയുള്ളവൻ കേൾക്കട്ടെ!

10

ഡിജിറ്റൽ തട്ടിപ്പുകാരുടെ ലോകം

വ്യാജൻ നമ്പർ 1 സിബിഐ ഓഫീസറും അനധികൃത്യമായ പണമിടപാടും

അലക്സ് ബേബി (യഥാർത്ഥ പേരല്ല), ഞാൻ മിക്ക ദിവസ ങ്ങളിലും ഫോൺ ചെയ്യുന്ന എന്റെ സുഹൃത്താണ്. എഞ്ചിനീയറാണ്, മൾട്ടിനാഷണൽ കമ്പനിയിൽ ജോലി ചെയ്യുന്ന മിടുക്കൻ പ്രഫഷണലുമാണ്.

രണ്ടു മാസം മുൻപ് ഒരു ദിവസം രാവിലെ 8 മണിക്കൊരു ഫോൺ കോൾ. ഇത്തിരി ലേറ്റായി എഴുന്നേൽക്കുന്ന ശീലമുള്ള അലക്സ് ബേബി ഫോൺ അറ്റൻഡ് ചെയ്തപ്പോൾ, അങ്ങേത്തലയ്ക്കൽ സിബിഐ ഇൻസ്പെക്ടർ ആണെന്നുള്ള അഭിസംബോധന. തന്റെ അക്കൗണ്ട് ഉപയോഗിച്ച് അനധികൃത്യമായി നിരവധി പണമിടപാടുകൾ

നടത്തിയെന്നും, മുംബൈ അധോലോകം അതു ഭീകരപ്രവർത്തന
ത്തിന് ഉപയോഗിച്ചുവെന്നും അറസ്റ്റ് ചെയ്യാനാണു വിളിക്കുന്നതെന്നും
ഇൻസ്പെക്കൂർ പറഞ്ഞു. നൊടിയിടയിൽ സംഭാഷണം സീരിയസ് ആയി.
ഡിജിറ്റൽ അറസ്റ്റ് ചെയ്യുമെന്നും ബാങ്ക് അക്കൗണ്ടുകൾ ലോക്ക്
ചെയ്യുമെന്നും പറയുന്നു. വീഡിയോ ഓൺ ആക്കുവാനും ഒറ്റയ്ക്ക്
ഒരു മുറിയിൽ ഇൻവെസ്റ്റിഗേഷന്റെ ഭാഗമായി ഇരിക്കുവാനും പറയുന്നു.
മറുവശത്ത് യൂണിഫോമിൽ സ്റ്റാറുകളുള്ള ഉദ്യോഗസ്ഥൻ അയാളുടെ
ബാക്ഗ്രൗണ്ടിൽ പോലീസ് സ്റ്റേഷനും അവിടുത്തെ ശബ്ദങ്ങളും.

അലക്സിന്റെ വെപ്രാളം കണ്ടപ്പോൾ അവന്റെ മമ്മി കരയാൻ
തുടങ്ങി. കൂടെയുള്ളവർ മാറിനിൽക്കുവാനും റൂം ക്ലോസ് ചെയ്യുവാനും
പറഞ്ഞപ്പോൾ അലക്സ് ഒരു മൂഢസ്വർഗ്ഗത്തിലെന്നപോലെ

അനുസരിച്ചു. മമ്മി റൂമിനു പുറത്തു നിന്നു കരയുവാനും നിലവിളി ക്കാനും തുടങ്ങി.

ഇതിന്റെയിടയിൽ ഒരു നിമിഷം ഇതൊരു വ്യജ കോൾ ആണെന്ന തോന്നൽ അലെക്സിനു തോന്നിയെങ്കിലും, അവരുടെ ഭീകരമായ സൈക്കോളജിക്കൽ മൂവിൽ ഏകദേശം ഒന്നര മണിക്കൂർ അലക്സ് ഭയപ്പെട്ടുപോയി. ഇതിനിടയിൽ ഫോൺ ഓഫ് ചെയ്ത് ഓഡിയോ മ്യൂട്ട് ചെയ്ത് പരിചയമുള്ള വക്കീലിനെ വിളിക്കുവാൻ ശ്രമിച്ചപ്പോൾ അവരെ കിട്ടിയതുമില്ല. വീഡിയോ ഓഫ് ചെയ്തതിനു കഠിനമായി പോലീസ് ഓഫീസർ (വ്യാജൻ) ശകാരിക്കുകയും ചെയ്തു. അവസാനം സ്കൈപ്പിലൂടെ ലഭിച്ച ഒരു രേഖയിലെ സീലിൽ സംശയം തോന്നി അതു ഗൂഗിളിൽ കയറി വെരിഫൈ ചെയ്യണമെന്നു പറഞ്ഞു കട്ടു ചെയ്തു. അങ്ങനെ അമ്മയും മകനും ടെൻഷന്റെ കൊടുമുടിയിൽ ഒന്നര മണിക്കൂർ കഴിഞ്ഞു.

ഇന്നത്തെ കാലത്തു ഇത്രയും വാർത്തകൾ കണ്ടിട്ടും താൻ എന്തു മണ്ടനാടോ എന്നു പറഞ്ഞു അലക്സിനോടു ഞാൻ സംസാരിച്ചപ്പോൾ അവൻ പറഞ്ഞ 5 കാര്യങ്ങൾ ഇതൊക്കെയാണ്

1. രാവിലെ 8 മണിക്കാണ് പോലീസ് സ്റ്റേഷനിൽ നിന്നും വിളിക്കുകയാണെന്നു പറഞ്ഞു ഫോൺ കോൾ വരുന്നത്. ശരിയാണോ തെറ്റാണോ എന്നു ചിന്തിച്ചു മനസ്സൊരു ഫ്ളോട്ടിങ് സ്റ്റേജിൽ ആയിപ്പോയി.

2. ഓർമ്മകളും വാക്കുകളും ശരിക്കും നെർവസ് ആയപ്പോൾ പേടിക്കുകയും അവരതു തിരിച്ചറിയുകയും ചെയ്തു.

3. റൂമിനു പുറത്തു നിന്നു കരയുന്ന അമ്മയുടെ നിലവിളിയും വാതിലിലെ കൊട്ടും കൂടുതൽ ഭയപ്പെടുത്തി.

4. ചോദ്യം ചെയ്യലിന്റെ നടുവിൽ ഇവർ നേരിട്ടു പൈസ ചോദിച്ചാൽ, ഇതു കള്ളത്തരമായിരിക്കും എന്നു ഇടയ്ക്കു ചിന്തിച്ചെങ്കിലും അവർ ചോദിച്ചില്ല. നമ്മൾ അങ്ങോട്ട് രക്ഷപെടാൻ എന്താണു സർ വഴിയെന്നു ചോദിക്കുമ്പോഴാണ് അവർ പണത്തിന്റെ ഓപ്ഷൻ പറഞ്ഞത്.

5. നൊടിയിടയിൽ പോലീസ് സ്റ്റേഷനും അവിടുത്തെ ബാക്ഗ്രൗണ്ടും ശബ്ദവും അവരുടെ യൂണിഫോമും പോലീസ് മുറയിലുള്ള ടോർച്ചറിങ്ങും മനസ്സിനെ വിഭ്രാന്തിയിലെത്തിച്ചു.

വ്യാജൻ നമ്പർ 2 മുംബൈ പോലീസും മകളുടെ ബാഗിലെ മയക്കുമരുന്നു കേസും

തൃശ്ശൂരുകാരനായ എന്റെ മറ്റൊരു സുഹൃത്തിന്റെ അളിയൻ. മകൾ മുംബൈയിൽ പി ജി ക്കു പഠിക്കുന്നു. ഇതുപോലെ ഫോൺ കോൾ. മകളുടെ ബാഗിൽനിന്ന് കൂട്ടുകാർക്കൊപ്പം എം ഡി എം എ കണ്ടെത്തി. എഫ് ഐ ആർ എഴുതാൻ പോകയാണ്. ഒരു മണിക്കൂർ നീണ്ട കോൾ. സുഹൃത്തിന്റെ അളിയൻ തന്റെ കയ്യിലുള്ള മറ്റൊരു ഫോണിൽ നിന്ന് സംഗതി ചെക്ക് ചെയ്യാൻ അവരറിയാതെ മകളെ വിളിക്കാൻ ശ്രമിച്ചു, മകൾ ഫോൺ എടുക്കുന്നില്ല. കോൾ എടുക്കാത്തതുകൊണ്ടു മെസേജും അയച്ചു. മറുപടി കിട്ടാഞ്ഞതുകൊണ്ടു സംശയം കൂടുന്നു. മകളുടെ കയ്യിൽ ഫോൺ കൊടുക്കാൻ പറയുന്നു. മറ്റുള്ള കുട്ടികളുടെ പേരെന്റ്സ് കേസ് സെറ്റിൽ ചെയ്യാൻ സ്റ്റേഷനിൽ ഉള്ളതുകൊണ്ട് അതു സാധിക്കുകയില്ലയെന്നവർ പറയുന്നു. അവസാനം, ഭാര്യയെ വിളിച്ചു അവർ പറഞ്ഞ അക്കൗണ്ടിലേക്കു 5 ലക്ഷം രൂപ ട്രാൻസ്ഫർ ചെയ്യാൻ പറയുന്നു. ഇതിനിടയിൽ മകളുടെ മെസ്സേജ് വന്നു. ഡാഡീ, ഞാനിപ്പോൾ ക്ലാസ്സിലാണ് ഉള്ളത്. ഉച്ചക്ക് വിളിക്കാം. അങ്ങനെ പണം നഷ്ടപ്പെടാതെ കഷ്ടിച്ചു രക്ഷപെടുകയും, ഫോൺ കോൾ വ്യാജമാ ണെന്നു തിരിച്ചറിയുകയും ചെയ്തു.

സുഹൃത്തിന്റെ അളിയൻ പറഞ്ഞ 2 കാര്യങ്ങൾ:

1. സോഷ്യൽ മീഡിയയിലൂടെ, മകൾ മുംബൈയിലാണു പഠിക്കുന്നതെന്നു മനസിലാക്കിയ തട്ടിപ്പുകാർ, കോളേജും കോഴ്സും വിവരങ്ങളും ട്രാക്ക് ചെയ്താണ് മാതാപിതാക്കളെ വിളിച്ചത്.

2. മകൾ കോളേജിൽ പോകുന്ന സമയം കണക്കുകൂട്ടി, മാതാ പിതാക്കളെ സൈക്കോളജിക്കലി ഭീഷണിപ്പെടുത്താവുന്ന മയക്കുമരുന്നുതന്ത്രമാണവർ പ്രയോഗിച്ചത്.

വ്യാജൻ നമ്പർ 3 ഇന്ത്യയിലെ ക്രൈസ്തവ പീഡനങ്ങളും ഓൺലൈൻ പ്രാർത്ഥനാ ലിങ്കും

ഒരു ദിവസം എനിക്കൊരു ഫ്രണ്ടിന്റെ വാട്സാപ് മെസ്സേജ്. പ്രെയ്സ് ദ് ലോർഡ് ബ്രദർ. ഒന്നു ഹെൽപ് ചെയ്യണം. കുറച്ചു പൈസയുടെ ആവശ്യമുണ്ട്. ഞാനപ്പോൾ വാട്സാപിൽ തിരിച്ചു വിളിച്ചു. കോൾ ഡിസ്കണക്റ്റഡ്. ഞാനപ്പോൾ ഫോൺ നമ്പരിൽ നേരിട്ട് വിളിച്ചു. ഫോൺ എടുത്തപ്പോൾ തന്നെ സുഹൃത്ത് പറഞ്ഞു;

"ചേട്ടാ, വാട്സാപ് ആരോ ഹാക്ക് ചെയ്തു. പൈസ ചോദിച്ചാൽ കൊടുത്തേക്കരുത്."

സുഹൃത്തു പറഞ്ഞ 2 കാര്യങ്ങൾ:

1. ഒരു ദിവസം തനിക്കു പ്രെയ്സ് ദ് ലോർഡ് എന്നു പറഞ്ഞ് ഒരാൾ ഫോൺ വിളിച്ചു. ഇന്ത്യക്കുവേണ്ടിയുള്ള ഒരു പ്രാർത്ഥനായജ്ഞമാണ്. ക്രിസ്ത്യാനികൾക്കു വളരെയേറെ പീഡനമുണ്ടാകുന്ന ഇന്ന് എല്ലാവരും ഐക്യത്തോടെ പ്രാർത്ഥിക്കണം. ഭക്തിയുടെ മോഡിലുള്ള നല്ല സംസാര ത്തിൽ വീണുപോയി.

2. ഐക്യപ്രാർത്ഥനയിൽ പങ്കെടുക്കണം. കാര്യങ്ങൾ മനസിലാ ക്കണം. പ്ളീസ് ജോയിൻ എന്നു പറഞ്ഞു ഒരു സൂം മീറ്റിങ് ലിങ്ക് അയച്ചു കൊടുത്തു. അവർ അയച്ചു കൊടുത്ത ലിങ്കിൽ താൻ ക്ലിക്ക് ചെയ്തു. വാട്സാപ് ഹാക്ക്ഡ്.

വ്യാജൻ നമ്പർ 4 സ്ട്രാറ്റജിക്കൽ & സൈക്കോളജിക്കൽ ഓഡിയോ മെസ്സേജ്

ഒരു ദിവസം എനിക്ക് തുടർച്ചയായി വാട്സാപിൽ രണ്ട് ഓഡിയോ മെസ്സേജുകൾ കിട്ടി.

ആദ്യത്തെ സന്ദേശം ഇതാണ്. പ്രെയ്സ് ദ് ലോർഡ്. സന്ദേശം അയച്ച ആൾ തിരുവല്ല പുഷ്പഗിരിയിൽ ഒരു പേഷ്യന്റിനെ കാണുവാനായി പോയപ്പോൾ, അവിടെ വച്ച് ഒരാൾ ഒരു പേപ്പറിൽ എന്റെ നമ്പർ എഴുതിക്കൊടുത്തു. അനുഭവിക്കുന്ന സാമ്പത്തികബുദ്ധി മുട്ടിന്റെ നടുവിൽ വിഷമിച്ചു നടക്കുമ്പോഴാണ് എന്റെ നമ്പർ അദ്ദേഹ ത്തിനു കിട്ടിയത്. നമ്പർ കൊടുത്തയാൾ പറഞ്ഞുപോലും എന്റെ നമ്പറിൽ വിളിച്ചാൽ ഇപ്പോൾ തനിക്കാവശ്യമുള്ള അറുപതിനായിരം രൂപ ഈ നമ്പറിന്റെ ഉടമസ്ഥൻ അയച്ചു തരും.

രണ്ടാമത്തെ സന്ദേശം: ഞാൻ അയച്ച സന്ദേശം കിട്ടിയോ? ഞാൻ വിളിക്കട്ടേ? അല്ലെങ്കിൽ എന്നെയൊന്നു വിളിക്കാമോ?

ആ സന്ദേശങ്ങൾ കേൾക്കുമ്പോൾ അറിയാം ..അതൊരു ജനറൽ ബ്രോഡ്കാസ്റ്റിങ് പോലെയുള്ള ലക്ഷണമാണ്. സ്പിരിചൽപോലെ തോന്നിപ്പിക്കുന്ന സൈക്കോളജിക്കൽ മൂവ്. എന്തായാലും ഡി പി സ്റ്റാറ്റസ് പിക്ച്ചറും ഫേസ്ബുക് പ്രൊഫൈലും നോക്കിയപ്പോൾ, ആത്മീയതോൽ ധരിച്ച, പണം തട്ടിപ്പ് വിദഗ്ധനാണെന്നു മനസ്സിലായി.

തിരിച്ചറിയേണ്ടുന്ന യാഥാർത്ഥ്യങ്ങൾ

1. ഡിജിറ്റൽ അറസ്റ്റ് എന്നൊന്നില്ല.

2. ഇങ്ങനെയുള്ള ഫോൺ കോളുകൾ അവഗണിക്കുക; ഡിസ് കണക്ട്
    ചെയ്യുക.

3. നമ്മൾ അപകടത്തിലാണെന്ന് ഇവർ പറഞ്ഞു ഫലിപ്പിക്കും.
    അതുകേട്ടു നിങ്ങൾ പരിഭ്രാന്തരാകരുത്.

4. ഇനി അങ്ങനെയൊരു സംശയമുണ്ടായാൽ, തൊട്ടടുത്ത പോലീസ്
    സ്റ്റേഷനിൽ ബന്ധപ്പെട്ടോളാം എന്നു പറയുക.

5. ഒരു കാരണവശാലും ഇങ്ങനെയുള്ള ഫോൺ കോളിന്റെ
    അടിസ്ഥാനത്തിൽ അപരിചിതമായ അക്കൗണ്ടുകളിലേക്ക്
    ഓൺലൈനിലൂടെ പണം ട്രാൻസ്ഫർ ചെയ്യരുത്.

6. സ്വന്തം സാമ്പത്തികവിവരങ്ങൾ/അക്കൗണ്ട് വിവരങ്ങൾ നൽക
    രുത്.

7. ബാങ്ക് അക്കൗണ്ടും ഇ-മെയിലുമായി ബന്ധപ്പെട്ട പിൻ നമ്പർ /
    പാസ്സ്വേഡ്, ഒ ടി പി കാര്യങ്ങൾ ഫോൺ കോളിലൂടെ ആരു
    ചോദിച്ചാലും കൊടുക്കരുത്.

8. അപരിചിതമായ ലിങ്കുകളിൽ ക്ലിക്ക് ചെയ്യരുത്.

9. പിന്നെ നിങ്ങൾക്കു സമയമുണ്ടെങ്കിൽ, ഒരു രസത്തിനു വേണമെ
    ങ്കിൽ തിരിച്ചും പത്തു ചോദ്യങ്ങൾ ഫോണിലൂടെ ധൈര്യത്തോടെ
    ചോദിക്കുക. വ്യാജന്മാർ ഫോൺ കട്ട് ചെയ്തു സ്ഥലം വിടും.

നിങ്ങളുടെ പേരിൽ മയക്കുമരുന്നുള്ള കൊറിയർ ബോക്സ്
മലേഷ്യയിൽ വച്ചു കണ്ടെത്തി എന്ന തരത്തിലുള്ള വ്യാജ കോളുകളും
ഫോൺ എടുക്കുമ്പോൾ, റെക്കോർഡിങ് മെസേജുകൾ പോലെയു
ള്ളതും ഇപ്പോൾ സർവ്വസാധാരണമാണ്. ഫെഡ് എക്സ്, ട്രായി
എന്നൊക്കെ പറഞ്ഞു ഫോൺ കോൾ വരുമ്പോൾ അവഗണിക്കുക.
ഒരു കാരണവശാലും ലിങ്കിൽ, അല്ലെങ്കിൽ പ്രസ് വൺ ഓർ ടു
എന്നൊക്കെ പറഞ്ഞു കോൾ പോകുമ്പോൾ ഡയൽ ചെയ്യാതിരിക്കുക.

നിർമ്മിതബുദ്ധിയുടെ ലോകത്തിൽ സൈബർ ആക്രമണങ്ങൾ,
തട്ടിപ്പുകൾ തുടങ്ങിയവ പുത്തൻ വേഷത്തിൽ ഇനിയും പ്രത്യക്ഷ
പ്പെടും. യിരെമ്യാവ് 9:6 ൽ പറയുന്നതുപോലെ, "നിന്റെ വാസം വഞ്ചന
യുടെ നടുവിൽ ആകുന്നു." അതുകൊണ്ട് നാം ജാഗ്രതയുള്ളവരാകുക!

11

ഹലോ..ഹലോ.. മൈക്ക് ടെസ്റ്റിങ്...പ്രസംഗകരുടെ ശ്രദ്ധയ്ക്ക്

ചെറിയ പ്രായംമുതൽ കേട്ട പ്രസംഗങ്ങളുടെ 'സെൻസസ്' ഒന്നെടുത്തിരുന്നുവെങ്കിൽ ..പള്ളിയിലും സ്കൂളിലും കോളേജിലും കൺവെൻഷൻ ഗ്രൗണ്ടുകളിലും റേഡിയോയിലും ടിവിയിലും യൂട്യൂബിലും ഫേസ്ബുക് ലൈവിലും ..ദേണ്ടെ ...കോവിഡിനുശേഷം ഇപ്പോൾ സൂമിലും.

കടിച്ചാൽ പൊട്ടാത്ത സാഹിത്യവാക്കുകൾ കൊണ്ട് അമ്മാന മാടുന്ന പ്രസംഗകരെ കണ്ടിട്ടുണ്ടോ? കലർപ്പില്ലാത്ത സാധാരണ ഭാഷയാണ് അത്യുത്തമം. പിന്നെ വൃത്യസ്തതകൾ ആളുകളെ ആകർഷിക്കാറുണ്ട്.

ചന്തയിൽ ചെന്ന് കോഴി വിൽക്കാനിരിക്കുന്ന സ്ത്രീയോട് അല്ലയോ ഭവതീ, താങ്കളുടെ മടിത്തട്ടിലിരിക്കുന്ന ഈ കുക്കുടു ശ്രേഷ്ഠൻ തനത് ഉപഭോഗത്തിനോ, അതോ ക്രയവിക്രയത്തിനോ എന്നു ചോദിച്ച പ്രസംഗകനെപ്പറ്റി വായിച്ചിട്ടുണ്ട്. കോഴിയെ വിൽക്കാ നാണോയെന്നു ചോദിച്ചാൽ മതി!

പ്രസംഗങ്ങൾ നല്ലതുതന്നെയാണ്. മനുഷ്യമനസ്സുകളെ ദൈവ ത്തിങ്കലേക്കു അടുപ്പിക്കുവാനും ക്രിയാത്മകമായി ഉത്തേജിപ്പിക്കു വാനും ഒരു പക്ഷേ ഏറ്റവും കൂടുതൽ ഉപയോഗിക്കുന്ന മാർഗ്ഗങ്ങളി ലൊന്നു പ്രസംഗമാണ്.

ക്രിസ്തീയലോകത്തിൽ ഒരു 'ഗ്ലാമർ' തരുന്ന മേഖലയായി പ്രസംഗത്തെ കരുതാൻ തുടങ്ങിയിട്ട് കാലം കുറെയേറെയായി രിക്കുന്നു. അതുകൊണ്ടു വാഗ്മികൾക്കു നല്ല ഡിമാൻഡും ഉണ്ട്. മിക്ക

സുവിശേഷകരും ഒരു നല്ല വാഗ്മിയാകാനും ആഗ്രഹിക്കുന്നു. നോഹയും യോനയും ഗിദയോനും നെഹെമ്യാവും പത്രോസും പൗലോസുമെല്ലാം അനേകരോട് ദൗത്യബോധത്തെക്കുറിച്ചും മാനസാന്തരത്തെക്കുറിച്ചും പ്രസംഗിച്ച വാഗ്മികളാണ്. നമ്മുടെ കർത്താവിന്റെ ഗിരിപ്രഭാഷണം ലോകത്തെ ഏറ്റവും സ്വാധീനിച്ച പ്രസംഗമായിട്ടാണ് ബാഹ്യലോകംപോലും ഗണിക്കുന്നത്.

ഇരുപതാം നൂറ്റാണ്ടുമുതലാണ് ജീവിതംകൊണ്ട് അനുഷ്ഠിക്കുന്ന സുവിശേഷത്തെക്കാൾ, വാക്കുകൾകൊണ്ടു പ്രസംഗിക്കുന്ന സുവിശേഷത്തിനു (Practicing gospel versus verbal gospel) മനുഷ്യർ കൂടുതൽ

പ്രാധാന്യം കൊടുക്കുവാൻ തുടങ്ങിയതെന്നാണ് പൊതുവെയുള്ള നിരീക്ഷണം.

ദേ.. പ്രസംഗം...ദാ, ശൈലികൾ!

(താഴെപ്പറയുന്ന ശൈലികൾ വായിക്കുമ്പോൾ, ആരുടെയെങ്കിലും മുഖം ഓർമ്മ വരുന്നുണ്ടെങ്കിൽ ...ഞാൻ ഉത്തരവാദിയല്ല ..എസ്കേപ്പ് ബ്രോ)

ആദ്യമായി സൈക്കിൾ ചവിട്ടുവാൻ പഠിച്ച അനുഭവങ്ങൾ ഓർമ്മ യുണ്ടോ? സൈക്കിളിൽ എങ്ങനെയെങ്കിലും കയറി ചവിട്ടിത്തുടങ്ങും. നീങ്ങിക്കഴിഞ്ഞാൽ പിന്നെ നിർത്താനറിയൂല്ലാ ..അതുപോലെയാണ് ചിലരുടെ പ്രസംഗം.

പല്ലു തേയ്ക്കുന്ന പേസ്റ്റ് തീർന്നപ്പോൾ, ആ പേസ്റ്റിന്റെ ട്യൂബ് ഞെക്കി ബാലൻസ് പേസ്റ്റ് എടുത്തിട്ടുണ്ടോ? പേസ്റ്റിന്റെ ട്യൂബിലുള്ള ഇത്തിരി വല്ലതും ഞെക്കി പുറത്തെടുക്കുമ്പോൾ വലിയ സംഭവം പോലെ തോന്നും. ചിലരുടെ പ്രസംഗം ഇങ്ങനെയാണ്.

'പരപ്പനങ്ങാടി' എന്ന സ്ഥലപ്പേരു കേട്ടിട്ടുണ്ടോ? 5 മിനുറ്റ് കൊണ്ട് പറഞ്ഞു തീർക്കേണ്ട പ്രസംഗം 50 മിനുറ്റ് വലിച്ചു നീട്ടി, അങ്ങാടി ക്കഥകളും പറഞ്ഞു ബോറടിപ്പിക്കുന്ന അവസ്ഥയ്ക്ക് 'പരപ്പനങ്ങാടി പോലെ വലിച്ചു നീട്ടരുത്' എന്നു പറയാറുണ്ട്. ചിലരുടെ പ്രസംഗം ഇതുപോലെയാണ്.

സ്റ്റേജിലും നോട്ടീസിലുമുള്ള സകലരുടെയും പേരു പറഞ്ഞു പ്രസംഗിക്കുന്നവരെ കണ്ടിട്ടുണ്ടോ? ഒന്നിലധികം പേർ ആ ലിസ്റ്റ് ആവർത്തിക്കുമ്പോൾ, മറ്റുള്ളവരുടെ സമയത്തിന്റെ വിലയറിയാത്ത പ്രസംഗികരാണിവർ.

പ്രസംഗം തുടങ്ങുമ്പോൾ ഇന്നെന്റെ കയ്യിൽ നിങ്ങളോടു പറയാൻ ഒരു സൂപ്പർ പ്രസംഗം ഉണ്ട് എന്നു പറഞ്ഞു തുടങ്ങുന്നവരെ കണ്ടി ട്ടുണ്ടോ? വലിയ പ്രതീക്ഷയോടെ ശ്രോതാക്കൾ കാത്തിരിക്കു മ്പോൾ കാര്യപ്രസക്തമല്ലാത്ത പരിചിത കാര്യങ്ങൾ പലകുറി ആവർത്തിച്ചു സമയം കൊല്ലുന്നവരെ നോക്കി മനസ്സിൽ 'അയ്യേ' എന്നു പറയാൻ സാധ്യതയുണ്ട്.

'നിന്നേം കൊല്ലും ഞാനും ചാകും' എന്ന വിരട്ടൽ ശൈലി കേട്ടിട്ടുണ്ടോ? അതുമാത്രം പിന്തുടരുന്ന പ്രസംഗികർ തങ്ങളുടെ അധികാരം ശ്രോതാക്കളുടെ മേൽ സ്ഥാപിക്കാനാണു പലപ്പോഴും ശ്രമിക്കാറുള്ളത്?

സുവിശേഷപ്രസംഗകരുടെ ശ്രദ്ധയ്ക്ക്

നിങ്ങൾ സൂപ്പർ പ്രസംഗികനായിരിക്കും; പക്ഷേ ദൈവത്തെ അനുസരിക്കാത്ത പ്രസംഗികനാകരുത് (Superb speaking skills; but disobedient to God) രാഷ്ട്രീയക്കാരുടെ കയ്യിൽ ബൈബിൾ കൊടുത്താൽ അവരും പ്രസംഗിക്കും (അവർ നമ്മുടെ ഇടയിൽ വന്നു കയ്യടി നേടാറുണ്ടല്ലോ).

ഓരോ തവണ പ്രസംഗിക്കുമ്പോഴും മാനസാന്തരങ്ങൾ പ്രതീക്ഷിക്കുന്നവനായിരിക്കണം സുവിശേഷപ്രസംഗകൻ.

ജനം മാനസാന്തരപ്പെടാതെയും ഉത്തരവാദിത്വങ്ങൾ ചെയ്യാതിരിക്കുമ്പോഴും, താൻ അഭിവൃദ്ധിപ്പെട്ടു, വൈറലായി എന്നു ചിന്തിക്കുന്ന പ്രസംഗകർ 'ദുരന്തചിത്രങ്ങളാണ്'

മോട്ടിവേഷണൽ പ്രസംഗങ്ങളുടെ മേളകളായി മാത്രം പ്രസംഗങ്ങൾ മാറുമ്പോൾ, ജനം അപകടത്തിലേക്കു കൂപ്പു കുത്താൻ സാധ്യത കൂടുതലാണ്.

നിങ്ങളുടെ മുൻപിലിരിക്കുന്ന ജനത്തെ ഒരിക്കലും വില കുറച്ചു കാണരുത്. (Never under estimate the crowd). നിങ്ങളെക്കാൾ അനുഭവ പരിചയവും അറിവും വചനവും അറിയാവുന്നവരാണ് ഇന്നത്തെ മിക്ക ശ്രോതാക്കളുമെന്നു തിരിച്ചറിഞ്ഞു പ്രാർത്ഥിക്കുകയും ഒരുങ്ങുകയും തയ്യാറാവുകയും പരിശീലിക്കുകയും ചെയ്യുക

പരസ്പരസഹായകസംഘങ്ങൾ

സൗഹൃദങ്ങൾ മനുഷ്യന് ആവശ്യമാണ്, നല്ലതുമാണ്. പ്രത്യേകിച്ചും 'ഗോഡ്‌ലി ഫ്രണ്ട്‌ഷിപ്‌സ്'. പക്ഷേ നമ്മുടെ ഇടയിൽ കണ്ടും കേട്ടും വരുന്ന ഒരു പ്രവണതയ്ക്കാണ് പരസ്പരസഹായകസംഘങ്ങൾ എന്നു പറയുന്നത്. അവരുടെ ചില പ്രത്യേകതകൾ താഴെപ്പറയുന്നവയാണ്.

- അവസരങ്ങൾക്കുവേണ്ടി അങ്ങോട്ടുമിങ്ങോട്ടും ക്ഷണിക്കും, ഷെയർ ചെയ്യും, ലൈക് അടിക്കും, വലിയ കാമ്പൊന്നും കാണുകയുമില്ല.

- ചില പ്രസംഗകർ ആരു വിളിച്ചാലും ഡേറ്റ് കൊടുക്കുമെന്നാണു പറയുന്നത്. ചിലപ്പോൾ തലേന്നു വിളിച്ചു പറയും. ക്ഷമിക്കണം; എനിക്കു പകരം ശക്തനായ മറ്റൊരാളെ

ഞാൻ അയയ്ക്കാം. കാരണം ഡേറ്റ് കൊടുത്ത പ്രസംഗകൻ വലിയ വേദിയും പ്രശസ്തിയുമുള്ള മറ്റൊരു സ്ഥലത്തേക്ക് ഡേറ്റ് അഡ്ജസ്റ്റ് ചെയ്തു പോയി. തന്റെ സംഘത്തിൽപ്പെട്ട മറ്റൊരാളെ അങ്ങോട്ടേക്കയച്ചു.

● മറ്റു ചിലർ മൂന്നും നാലും മാസം മുൻപേ ഡേറ്റ് കൊടുത്ത ശേഷം, ഒരാഴ്ച മുൻപ് ഓർമിച്ചപ്പോഴും ഓക്കേ പറഞ്ഞ തിനുശേഷം, മീറ്റിങ്ങിന്റെ തലേന്നു വിളിച്ചു പറയും നടത്തി പ്പില്ല വരുവാൻ (വിദേശത്തേക്കാണെങ്കിൽ നടത്തിപ്പ് എന്നൊരു കാര്യമേയില്ല കേട്ടോ) ..ഒന്നുകിൽ ആൾ വിദേശത്ത് എത്തിക്കാണും, അല്ലെങ്കിൽ മറ്റൊരു വമ്പൻ മീറ്റിങ്ങിനു പോയിക്കാണും.

ആശീർവാദം

പ്രസംഗിക്കുന്നവർക്ക്, ചെറുതായിട്ട് പ്രസംഗിച്ചുതുടങ്ങിയവർക്ക് അവസരം കുറയുമ്പോൾ ശ്വാസം മുട്ടുന്നുണ്ടോ?

സഭയിൽ പ്രസംഗിക്കുവാൻ അവസരം ലഭിച്ചില്ലെങ്കിൽ, ഒരു വിമ്മിട്ടം മുഖത്തും ഹൃദയത്തിലും ഉണ്ടാകാറുണ്ടോ? അതിനുവേണ്ടി 'ഗുസ്തി' കളിക്കാറുണ്ടോ?

ദൈവം തരുന്ന അവസരങ്ങൾ വന്നുകൊള്ളും. അതിനു വേണ്ടി ലോബി ചേരരുത്, കാലു പിടിക്കരുത്, ലൈക് അടിക്കരുത്, വാക്കു മാറ്റരുത്, വ്യാജം ചെയ്യരുത്. പ്രസംഗപീഠത്തിന്റെ ചുറ്റുമുള്ള നാലോ അഞ്ചോ മീറ്റർ സ്ഥലം മാത്രമാണ് പ്രേഷിതദൗത്യത്തിന്റെ മികച്ച സ്ഥലമായിട്ടുള്ളൂ എന്നു കരുതരുത്. മിഷണൽ ആയി ചെയ്യേണ്ട നിരവധി വാതിലുകൾ ഈ തലമുറയിൽ നമ്മുടെ മുൻപിൽ തുറന്നു കിടപ്പുണ്ട്.

12

ലഗ്ബഡ ലോകം

ബദൽ ജീവിതശൈലി (Alternative lifestyle)

മുഖ്യധാരാജീവിതരീതികളിൽനിന്നു വ്യത്യസ്തമായ ഒരു ജീവിതശൈലിയാണ് ബദൽ ജീവിതശൈലി. പോസിറ്റീവായും നെഗറ്റീവുമായുള്ള ജീവിതശൈലികൾ നമ്മുടെ ചുറ്റുമുണ്ട്. പ്രത്യേകിച്ചും സാംസ്കാരികമാനദണ്ഡങ്ങൾക്കു പുറത്തുള്ള ബദൽ ജീവിതശൈലിക്കു പ്രാധാന്യവും സപ്പോർട്ടും വളരെ കൂടിയിരിക്കുന്ന

ഒരു കാലഘട്ടത്തിലാണ് നാമിന്നു ജീവിക്കുന്നത്. അനുദിനവും വർദ്ധിക്കുന്ന ബദൽ ജീവിത ശൈലി ലിസ്റ്റുകളിൽ ചിലതാണ് ലിവിങ് ടുഗതർ ബന്ധങ്ങൾ, ഗർഭച്ഛിദ്രം, പീഡോഫീലിയ (പിഞ്ചു കുഞ്ഞുങ്ങളെ പീഡിപ്പിക്കുന്നത്), പച്ചകുത്തൽ (Tattooing), LGBTQIA + മുതലായവ.

My Body, My House, My Country, My Rules (എന്റെ ശരീരം, എന്റെ വീട്, എന്റെ രാജ്യം, എന്റെ നിയമം) സ്വാതന്ത്ര്യത്തെ പ്രഘോ ഷിക്കുന്ന തത്വചിന്തകൾ പ്രബല മായ ലോകത്തിൽ കോടതികൾ

9,848 likes
asianetnews ജീവിതം ആസ്വദിക്കുന്നതിന് തടസമായി പുതിയ തലമുറ വിവാഹത്തെ കാണുന്നുവെന്ന് ഹൈക്കോടതി..

പോലും പലപ്പോഴും ആശങ്കയുടെ വാക്കുകൾ പറയുന്നതു പലപ്പോഴും നമുക്കു കാണുവാൻ കഴിയും.

83

ലൈംഗിക അഭിവിന്യാസം (Sexual orientation)

'Sexual orientation' എന്ന പദപ്രയോഗം ഇപ്പോൾ മാധ്യമങ്ങളിൽ സ്ഥിരമായി പ്രത്യക്ഷപ്പെടുന്ന ഒന്നായി മാറിയിരിക്കുന്നു. ഒരു വ്യക്തി യുടെ സ്ഥായിയായ വൈകാരികതയും ലൈംഗികതാത്പര്യത്തെയു മാണ് ലൈംഗിക അഭിവിന്യാസം എന്നു പറയുന്നത്.

Gender Dysphoria ജെൻഡർ ഡിസ്ഫോറിയ (വൈഷമ്യം)

സ്വന്തം ലിംഗസ്വഭാവത്തിൽ തുടരാനുള്ള അസ്വസ്ഥതയുടെയോ അസംതൃപ്തിയുടെയോ ശക്തമായ അവസ്ഥയാണ് ജെൻഡർ ഡിസ്ഫോറിയ (Dysphoria is "a strong state of unease or dissatisfaction)

മറ്റു ഡിസ്ഫോറിയകൾ (വൈഷമ്യങ്ങൾ)

പല തരത്തിലുള്ള ഫീലിങ്ങുകൾ ആസ്പദമാക്കി നിരവധി ഡിസ് ഫോറിയകൾ ഇന്നു സമൂഹത്തിലുണ്ട്. ഇവയിൽ ചിലതു താഴെ പറയുന്നവയാണ്.

ബോഡി ഐഡന്റിറ്റി ഇന്റഗ്രിറ്റി ഡിസോർഡർ
(Body identity integrity disorder (BIID)

വളരെ വിചിത്രമായ രീതിയിൽ കാണുന്ന ഈ പ്രശ്നം ഉള്ളവർ അംഗഛേദം അല്ലെങ്കിൽ പക്ഷാഘാതം ആഗ്രഹിക്കുന്ന കൂട്ടരാണ്. (Extremely rare phenomenon of persons who desire the amputation of one or more healthy limbs or who desire a paralysis). ഇങ്ങനെയുള്ളവർ അതിൽ തുടരാതെ, അവരെ രക്ഷിക്കുന്നതിനുള്ള ചികിത്സകൾക്കാണ് അവരുടെ നന്മ ആഗ്രഹിക്കുന്ന സമൂഹം പ്രാധാന്യം നൽകുന്നത്.

സ്പീഷീസ് ഡിസ്ഫോറിയ (Species dysphoria)

തങ്ങളുടെ ശരീരം തെറ്റായ മറ്റൊരു വംശത്തിന്റെ ശരീരത്തിൽ ആണു ഇരിക്കുന്നതെന്നു ചിന്തിക്കുന്നവർ (The experience of dysphoria and dysmorphia involving the belief of one's body being the wrong species)

ഉദാഹരണത്തിന് തങ്ങൾ സത്യത്തിൽ പൂച്ചയോ പുലിയോ ഒക്കെയാണെന്നു ചിന്തിച്ചു (Think of themselves as an animal of some sort) അങ്ങനെ ശസ്ത്രക്രിയ ചെയ്തു ജീവിക്കുന്നവരുണ്ട്. ഇങ്ങനെയുള്ള വരെ രക്ഷിക്കുവാൻ ചികിത്സകൾക്കാണ് അവരുടെ നന്മ ആഗ്രഹി ക്കുന്ന സമൂഹം പ്രാധാന്യം കൊടുക്കുന്നത്.

എന്താണ് LGBT (ലഗബട)

ഡി. ബാബു പോളിന്റെ 'ഉൽപത്തിരഹസ്യം' എന്ന പുസ്തക ത്തിൽ LGBT കളെപ്പറ്റി അദ്ദേഹം മലയാളത്തിൽ പറഞ്ഞിട്ടുള്ളത് 'ലഗബട' എന്നാണ്.

1. ലെസ്ബിയൻ (Lesbian) - സ്ത്രീയും സ്ത്രീയും തമ്മിൽ മാത്രം ലൈംഗികവേഴ്ച താത്പര്യമുള്ള വിഭാഗം. ലെസ്ബിയൻ എന്ന വാക്ക് ഗ്രീക്ക് ദ്വീപായ ലെസ്ബേസിൽ നിന്നാണ് ഉരുത്തിരിഞ്ഞത്. ഈ ദ്വീപിൽ സ്വവർഗാനുരാഗികളായ സ്ത്രീകളുണ്ടായിരുന്നുവെന്ന് പറയപ്പെടുന്നു.

2. ഗേ (Gay) - പുരുഷനും പുരുഷനും തമ്മിൽ മാത്രം ലൈംഗിക വേഴ്ച താത്പര്യപ്പെടുന്ന വിഭാഗം.

3. ബൈസെക്ഷ്യൽ (Bisexual) - സ്ത്രീയെയും പുരുഷനെയും ഒരുപോലെ ലൈംഗികതയ്ക്കായി താത്പര്യപ്പെടുന്നവർ.

4. ട്രാൻസ്ജെൻഡർ (Transgender) - സ്ത്രീയെന്നോ പുരുഷനെന്നോ നിർവചിക്കാൻ സാധ്യമല്ലാത്തവിധം മനസ്സും ശരീരവും വൈരുദ്ധ്യാത്മകനിലയിൽ പ്രവർത്തിക്കുന്ന വിഭാഗം. പുരുഷ ശരീരമുള്ളപ്പോൾ സ്ത്രീമനസ്സുമായി ജീവിക്കുന്നവർ, സ്ത്രീ ശരീരമുള്ളപ്പോൾ പുരുഷമനസ്സുമായി ജീവിക്കുന്നവർ.

സ്വന്തം ലിംഗത്തിലുള്ളവരോട് ലൈംഗികമായ അഭിനിവേശം തോന്നുകയും അവരുമായി ശാരീരികമായി അടുക്കുകയും ചെയ്യുന്ന അവസ്ഥയാണ് സ്വവർഗരതി. സാധാരണഗതിയിൽ, ബാല്യത്തിന്റെ അവസാനത്തിലോ കൗമാരത്തിന്റെ ആരംഭത്തിലോ ആണ് ഈ അഭിനിവേശം പ്രകടമാകുന്നത്.

2004 ൽ ഫേസ്ബുക് തുടങ്ങിയപ്പോൾ അക്കൗണ്ട് സ്റ്റാർട്ട് ചെയ്യുവാൻ ലോഗിൻ ചെയ്യുമ്പോൾ, ജൻഡർ കോളത്തിൽ പുരുഷൻ (male) സ്ത്രീ (Female) എന്ന രണ്ട് ഓപ്ഷൻ മാത്രമേ ഉണ്ടായിരുന്നുള്ളൂ. 2014 ആയപ്പോൾ അത് 58 എണ്ണമായി. ഇപ്പോൾ അത് 70 ലധികം ഉണ്ടെന്നു പറയുന്നു.

നവംബർ 24, 2024 ൽ ദി വീക്ക് മാഗസിനിൽ വന്ന വാർത്ത LGBT യിലെ പുതിയ കൂട്ടരായ ഫിക്ടോ സെക്ഷ്വൽ കൂട്ടരെക്കുറിച്ചാണ്. സാങ്കൽപ്പികകഥാപാത്രങ്ങളോട് ലൈംഗികമായോ റൊമാന്റിക്കായോ ഇഷ്ടം തോന്നി, ആ ബദൽ ജീവിതശൈലി പിന്തുടരുന്നവരാണിവർ. ഇവരെയും LGBTQIA യിൽ ഉൾപ്പെടുത്തിയിരിക്കുന്നു.

എന്താണ് ട്രാൻസ്ജെൻഡർ?

ഒരു വ്യക്തി അവരുടെ ജനനസമയത്തുള്ള ജൈവിക ലൈംഗികത യുടെ വിപരീതമായിട്ടുള്ള / വ്യത്യസ്തമായിട്ടുള്ള എതിർലിംഗവു മായി ബന്ധപ്പെട്ടിരിക്കുന്നുവെന്നു ചിന്തിക്കുന്ന അവസ്ഥ. ലിംഗ പ്രകടനം, ഭാവം, പെരുമാറ്റം, വസ്ത്രം, മറ്റ് ബാഹ്യ വശങ്ങൾ എന്നിവ യിലൂടെ ഇങ്ങനെയുള്ള വ്യക്തികൾ അവരുടെ ലിംഗഭേദം അവതരിപ്പി ക്കുന്നു.

റോങ് ബോഡിയിൽ ട്രാപ് ആയിപ്പോയ ആൾ; ബയോളജിക്കൽ ബോഡിയിൽപ്പെട്ടുപോയ ഗോസ്റ്റുകൾ എന്നൊക്കെ ഇവർ സ്വയം പറയാറുണ്ട്.

ട്രാൻസ് വുമൺ

ആണായി ജനിച്ചെങ്കിലും, ഇപ്പോൾ പെണ്ണായി തിരിച്ചറിയ പ്പെടുവാനും ജീവിക്കുവാനും ആഗ്രഹിക്കുന്നയാൾ.

ട്രാൻസ്മാൻ

പെണ്ണായി ജനിച്ചെങ്കിലും, ഇപ്പോൾ പുരുഷനാണെന്നു തിരിച്ചറിയ പ്പെടുവാനും ജീവിക്കുവാനും ആഗ്രഹിക്കുന്നയാൾ.

സുപ്രീം കോടതിയും 377-ാംവകുപ്പും

ഇൻഡ്യയിലെ സുപ്രീം കോടതി വളരെയധികം നിർണ്ണായകമായ മൂന്നു സുപ്രധാനവിധികൾ പുറപ്പെടുവിച്ച മാസമാണു 2018 സെപ്റ്റംബർ. പൗരാവകാശം, തുല്യത, വിവേചനമില്ലായ്മ തുടങ്ങിയ വയ്ക്ക് പ്രാധാന്യം കൊടുക്കുന്ന മൂന്നു വിധികളെന്നു പറയാം.

ബ്രിട്ടീഷുകാരുടെ ഭരണകാലത്ത് മെക്കാളെ പ്രഭു ഉണ്ടാക്കിയതാണ് ശിക്ഷാനിയമത്തിലെ 377-ാം വകുപ്പ്. പ്രായപൂർത്തിയായവർ പരസ്പര

സമ്മതത്തോടെ ചെയ്യുന്ന സ്വവർഗരതി ക്രിമിനൽ കുറ്റമല്ലെന്ന് വിധിച്ചുകൊണ്ട് 377-ാം വകുപ്പ് ഭാഗികമായി റദ്ദാക്കുകയാണ് ചെയ്തത്. ജീവപര്യന്തം വരെ തടവോ, അല്ലെങ്കിൽ പത്തുവർഷംവരെ നീളുന്ന തടവോ ആയിരുന്നു ഇതിന്റെ പിഴ. ഞാൻ എന്താണോ അതാണ് ഞാൻ, എന്നെ ഞാനായിത്തന്നെ കാണണം എന്നു പറഞ്ഞ ജർമ്മൻ ചിന്തകൻ ഗോയ്ഥയുടെ വരികൾ ഒക്കെ ഉദ്ധരിച്ചും സ്വവർഗരതി ഒരു മാനസിക പ്രശ്നമല്ലെന്നും പറഞ്ഞാണ് സുപ്രീംകോടതി ഈ നിയമം ഭേദഗതി ചെയ്തത്.

ചില കണക്കുകൾ & ചിന്തകൾ

- വെറും 6.3% വരുന്ന ന്യൂനപക്ഷത്തിനുവേണ്ടി 99% വരുന്ന ഇൻഡ്യാക്കാരുടെ അവകാശങ്ങൾ വിട്ടുവീഴ്ച ചെയ്യാനാവില്ലെന്നാണ് സർക്കാർ കോടതിയെ അറിയിച്ചത്.

- ഇൻഡ്യയിലെ സ്വവർഗരതിക്കാരായ പുരുഷന്മാരിൽ 17% എച്ച്.ഐ.വി. പോസിറ്റീവ് ആണെന്ന് വർഷങ്ങൾക്കു മുൻപ് കേന്ദ്രം സുപ്രീം കോടതിയിൽ സമർപ്പിച്ച റിപ്പോർട്ടിൽ പറയുന്നു.

- ഈ വസ്തുത നിയമവിധേയമാകുന്ന 28-ാമത്തെ രാജ്യമാണ് ഇൻഡ്യ.

- 72 രാജ്യങ്ങളിൽ ഇപ്പോഴും കുറ്റകരമാണ്.

- 8 രാജ്യങ്ങളിൽ വധശിക്ഷ ബാധകമാണ്.

- *ഇൻഡ്യാ റ്റുഡേ* (സെപ്റ്റംബർ 24, 2018) സർവ്വേയിലെ ചില കണക്കുകൾ ഞെട്ടിപ്പിക്കുന്നതാണ്. താങ്കൾ സ്വവർഗരതിക്കാര നാണോ എന്ന ചോദ്യത്തിന് 16% പുരുഷന്മാരും 6% സ്ത്രീകളും അതെയെന്നാണ് പറഞ്ഞിട്ടുള്ളത്.

- ഇതേ സർവ്വേയിൽ, താങ്കൾ ഈ നിയമത്തെ അനുകൂലി ക്കുന്നുവോ എന്ന ചോദ്യത്തിന് 79% പുരുഷന്മാരും 13% സ്ത്രീകളും 'അതെ' എന്നാണ് പറഞ്ഞിട്ടുള്ളത്.

- അമേരിക്കയിലുള്ളതിനെക്കാൾ കൂടുതൽ 'ഗേ'കൾ ഇൻഡ്യ യിലുണ്ടെന്നാണ് കണക്കുകൾ സൂചിപ്പിക്കുന്നത്.

- ജാപ്പനീസ് പഠനങ്ങൾ അനുസരിച്ച് ഒരു ക്ലാസിൽ ഒരു ഗേയോ ഒരു ലെസ്ബിയനോ ഉണ്ടായിരിക്കും.

- മലയാളി കൂടുതൽ പോകുവാൻ 'ആശയോടെ കാത്തിരി ക്കുന്ന' രാജ്യങ്ങളായ യു.എസ്.എ., കാനഡ, നെതർലാൻഡ്സ്, ഇംഗ്ലണ്ട്, സ്വീഡൻ, അയർലണ്ട്, ഓസ്ട്രേലിയ, ന്യൂസിലൻഡ് തുടങ്ങിയ പാശ്ചാത്യരാജ്യങ്ങളിൽ ഇത് കുറ്റകരമല്ലെന്നു ള്ളത് തിരിച്ചറിയണം.

- കുറെക്കാലങ്ങളായി, ട്രെയിൻ ടിക്കറ്റ് ബുക്ക് ചെയ്യുമ്പോൾ സ്ത്രീ, പുരുഷൻ കോളത്തിനൊപ്പം 'ട്രാൻസ്ജെൻഡർ' എന്ന പദവും നിങ്ങൾ ശ്രദ്ധിച്ചിട്ടുണ്ടാകും.

- റിയാലിറ്റി ഷോകളും കോമഡിഷോകളിലുമൊക്കെ ഇവരുടെ സാന്നിധ്യം വർദ്ധിച്ചിട്ടുണ്ട്.

LGBTQIA + സ്ട്രാറ്റജികൾ

- കൂടുതൽ വാർത്തകളിൽ വരുക, ടി.വി. ഷോകളിൽ പങ്കെടുക്കുക.

- ഉച്ചത്തിൽ ഇതിനെക്കുറിച്ച് പ്രകീർത്തിച്ചുകൊണ്ടു സംസാരിക്കുക.

- തങ്ങൾ ഇരകളാണെന്നും പ്രത്യേക സംരക്ഷണം വേണ മെന്നും വാദിക്കുക.

- കോർപ്പറേറ്റ് കമ്പനികളിൽനിന്നു പണം കണ്ടെത്തുക.

- മറ്റുള്ളവരെക്കാൾ തങ്ങൾ നല്ലവരാണെന്ന ശൈലി സ്വീകരിക്കുക.

- സെലിബ്രിറ്റികളുടെ സപ്പോർട്ട് കണ്ടെത്തുക.

ചില വാർത്താ തലക്കെട്ടുകൾ

- മാതൃഭൂമി ആരോഗ്യമാസിക ഒക്ടോബർ 25, 2018 സ്വവർഗരതി സുരക്ഷിതമാകണം.

- *ഇൻഡ്യാ റ്റുഡെ* സെപ്റ്റംബർ 24, 2018 Free at last (ഒടുവിൽ സ്വാതന്ത്ര്യം)

- *ദ് വീക്ക്* സെപ്റ്റംബർ 23, 2018 Pride Divide 'അടുത്ത തലമുറ യാണ് ഞങ്ങളുടെ ലക്ഷ്യം' എന്നു പ്രസ്താവിച്ച അഭിമുഖ ങ്ങളൊക്കെ ഇതിൽ ഉൾപ്പെട്ടിരുന്നു.

LGBT യാകുവാനുള്ള പല കാരണങ്ങൾ

- താളം തെറ്റിയ കുടുംബബന്ധങ്ങളും ചുറ്റുപാടുകളും

- ലൈംഗികമായി ചെറുപ്രായത്തിൽ നേരിടുന്ന പീഡനങ്ങൾ

- സൈക്കോളജിക്കൽ ട്രോമകൾ

- അപകർഷബോധം

- മാധ്യമങ്ങളുടെ സ്വാധീനം

- വികാരങ്ങൾ ആഘോഷിക്കുവാൻ മാത്രമാണുള്ളതെന്നു പറയുന്ന ലോകം.

- സ്വാതന്ത്ര്യത്തിന്റെ വാതിൽ തുറന്നുകാണിക്കുന്ന ട്രെൻഡു കളും കൂട്ടുകാരും

ഭാവിയിൽ വരാൻ സാദ്ധ്യതയുള്ള വിവാഹപ്പരസ്യങ്ങൾ

(ഇങ്ങനെയുള്ള പരസ്യങ്ങൾ/ചിന്താധാരകൾ സജീവമാണിന്ന്)

- 26 വയസ്സുള്ള യുവതി, 155 സെ.മി. ഉയരം, ബി.എസ്.സി നേഴ്സ്, വിദേശത്തോ നാട്ടിലോ ജോലി ചെയ്യുന്ന യുവതി യുടെ മാതാപിതാക്കളിൽനിന്നു വിവാഹാലോചനകൾ ക്ഷണിക്കുന്നു.

- 30 വയസ്സുള്ള എഞ്ചിനീയറായ യുവാവ്, ബൈസെക്ഷ്വൽ സ്വാതന്ത്യത്തിൽ ഇടപെടാത്ത യുവതികളിൽനിന്നും മാതാ പിതാക്കളിൽനിന്നും വിവാഹാലോചനകൾ ക്ഷണിക്കുന്നു.

LGBT യെ സപ്പോർട്ട് ചെയ്യുന്ന 2 കൂട്ടർ

ക്രിസ്തീയവീക്ഷണത്തിൽ നോക്കുമ്പോൾ ഇവരെ പ്രധാനമായും സപ്പോർട്ട് ചെയ്യുന്നതു 2 കൂട്ടരാണ്

1) LGBT Activist / Supporters

ബൈബിൾ പഴഞ്ചൻ പുസ്തകമാണെന്നു പറയുന്ന സ്വതന്ത്ര ചിന്തകർ (Freethinkers who say the Bible is an ancient book)

2) LGBT Theologians

ഷണ്ഡന്മാർ LGBT യാണെന്നു വാദിക്കുന്ന ലിബറൽ കൂട്ടർ ബൈബിൾ ഈ സിസ്റ്റത്തെ സപ്പോർട്ട് ചെയ്യുന്നുണ്ടെന്നു സമർത്ഥി

ക്കുവാൻ ശ്രമിക്കുന്നു (Some gay groups argue that the Bible is referring to homosexuals).

ലിബറൽ ലോകം പറയുന്ന ചിന്തകൾ

- ദൈവവും ദൈവികമൂല്യങ്ങളും മതിപ്പുളവാക്കുന്ന വിഷയ ങ്ങളല്ല.

- ലോകം വികസിച്ചുകൊണ്ടിരിക്കുന്നു; ബൈബിൾ കാലഹരണ പ്പെട്ടതാണ്

- അനന്തരഫലം എന്താണെങ്കിലും നിങ്ങളുടെ അഭിനിവേശ ങ്ങളെ പിന്തുടരുക

- സ്വതന്ത്ര ലൈംഗികത – ആഗ്രഹങ്ങൾ അടിച്ചമർത്തരുത്

- നിങ്ങളുടെ ജീവിതം ഉച്ചത്തിലും അഭിമാനത്തിലും ആയിരി ക്കുക.

ഇവരുടെ ശൈലികളും നേരിടുന്ന വെല്ലുവിളികളും

- ജനനംമുതൽ കുട്ടികൾക്ക് രതിമൂർച്ഛയുണ്ടെന്ന് വിശ്വസിച്ച പീഡോഫീലിയ കുട്ടികൾക്ക് പ്രയോജനം ചെയ്യുന്നുവെന്നു രേഖപ്പെടുത്തിയ ആൽഫ്രഡ് കിൻസിയെപ്പോലുള്ളവർ അതിശയോക്തി കലർന്ന സ്ഥിതിവിവരക്കണക്കുകൾ പറഞ്ഞും പഠിപ്പിച്ചും LGBTQ തത്വശാസ്ത്രങ്ങളുടെ സൂപ്പർ ഹീറോകളായി.

- ആഗ്രഹിക്കുന്ന എതിർലിംഗത്തിലേതുപോലെ ശബ്ദം ലഭിക്കുവാൻ, മുഖത്തെ രോമം വളരുവാൻ, സ്തനങ്ങൾ വളരുവാൻ വേണ്ടിയൊക്കെ സർജറി ചെയ്യുന്നതും കുത്തിവെപ്പുകൾ എടുക്കുന്നതും (ആൺപെൺ ഹോർമോൺ ഈസ്ട്രജൻ കുത്തിവയ്പ്പ് സ്ത്രീ പുരുഷ ഹോർമോൺ ടെസ്റ്റോസ്റ്റിറോൺ കുത്തിവയ്പ്പ്) ലൈംഗിക അഭിവിന്യാസ ട്രെൻഡിനെ അല്ലെങ്കിൽ ഫീലിങ്ങുകളെ ഫോളോ ചെയ്യുന്നവർ പിന്തുടരുന്ന കാര്യങ്ങളാണ്.

- മിക്കവാറും സൗന്ദര്യവർദ്ധക സംതൃപ്തി (Cosmetic feeling) മാത്രം ലഭിക്കുന്ന ഫീലിങ്സിന് അടിമയാകുന്നു.

- ആ വികാരസംതൃപ്തിക്കു പരിമിതി തോന്നുമ്പോൾ 35 വയസ്സുപോലും (35 is old) വലിയ പ്രായമായി ചിന്തിക്കുന്നു.

- 50 വയസ്സ് പുരാതനമായ പ്രായംപോലെ (50 is ancient) തോന്നിക്കുമ്പോൾ ഏകാന്തത, നിരസിക്കൽ, സ്വയം വെറുപ്പ്, കുറ്റബോധം ഒക്കെ നോർമലായി മാറുന്നു.

- ആത്മഹത്യാനിരക്ക് ഇവരുടെയിടയിൽ കൂടുതലാണ്

- എയ്ഡ്സ്, ലൈംഗികരോഗങ്ങൾ ഇവരുടെയിടയിൽ കൂടുതലാണ്.

ക്രോമോസോമുകളും അമേരിക്കൻ സൈക്കാട്രിക് അസോസിയേഷനും

പുരുഷന്മാരിലുള്ളതു XY അതുപോലെ സ്ത്രീകളിൽ XX ക്രോമോ സോമുകളുമാണുള്ളതെന്നു സയൻസ് പറയുന്നു. സൃഷ്ടിയുടെ ആരംഭം മുതൽ ഇന്നുവരെ അതിനൊരു മാറ്റവും സംഭവിച്ചിട്ടില്ല. LGBTQIA പെട്ട ഒരാൾ മരിച്ചശേഷം പോസ്റ്റുമാർട്ടം ചെയ്താൽ പോലും ക്രോമോസോം ഘടനയെന്ന യാഥാർഥ്യം അങ്ങനെതന്നെയാണ്.

അമേരിക്കൻ സൈക്കാട്രിക് അസോസിയേഷൻ 1973 വരെ സൈക്കാട്രിക് രോഗമായി കരുതിയിരുന്ന ഈ പ്രവണതയെ നിരന്തര സമ്മർദ്ദങ്ങളിലൂടെയും സമരങ്ങളിലൂടെയും കൂടുതൽ തെളിവുള്ള പഠനങ്ങൾ നടത്താതെ ഇതൊരു നോർമൽ ബിഹേവിയർ ആയി സ്ഥാപിക്കുന്നതിൽ LGBTQIA + ചിന്തകർ ഒരു പരിധിവരെ വിജയിച്ചു വെന്നു പല രേഖകളും ചൂണ്ടിക്കാട്ടുന്നു.

LGBTQIA + ലെ 'ഐ' (I)

THE STRATEGY THAT WORKED

For more than thirty years, gay activists have intentionally sought to make their lifestyle and behavior "normal" in the eyes of mainstream America. In 1973, activists persuaded the American Psychiatric Association to remove homosexuality from its list of psychiatric illnesses and reclassify it as normal behavior. This change was made not because of scientific data but because radicals planned a systematic effort to disrupt the annual meetings of the APA.

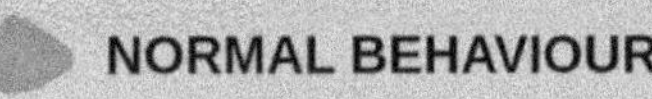

LGBTQIA + കാറ്റഗറിയിൽ I എന്ന Intersex (ദ്വിലിംഗജീവി) അല്ലെങ്കിൽ Hermaphrodite (സ്ത്രീപുരുഷഗുണങ്ങളുള്ള) വിഭാഗമുണ്ട്. ആണിന്റെയും പെണ്ണിന്റെയും ലൈംഗികാവയവങ്ങളോടെ, അല്ലെങ്കിൽ രണ്ട് അവയവങ്ങളുടെയും സ്വഭാവസവിശേഷതകളോടെ ജനിക്കുന്ന കുഞ്ഞുങ്ങളെ *ഇന്റർസെക്സ്* എന്ന് വിളിക്കുന്നു.

ഇവർ മാത്രമാണ് ബയോളജിക്കൽ പ്രോബ്ലം ഉള്ള വിഭാഗമെന്നും ബാക്കിയെല്ലാം ഫീലിങ് ബേസ്ഡ് വിഭാഗമാണെന്നും LGBTQIA + തത്വ ചിന്തകളെ എതിർക്കുന്നവർ ശാസ്ത്രീയമായി ചൂണ്ടിക്കാണിക്കുന്നു.

മറുവശത്ത് ബയോളജിക്കൽ പ്രശ്നമുള്ള Intersex നെ LGBTQIA+ യിൽനിന്നു മാറ്റുവാൻ LGBTQIA സപ്പോർട്ടേഴ്സ് സമ്മതിക്കുന്നുമില്ല. കാരണം, അവരുടെ ഫീലിങ് അടിസ്ഥാനമാക്കിയുള്ള വാദഗതികൾ ശാസ്ത്രീയമായി ഒട്ടും അടിസ്ഥാനമില്ലാതായി മാറും.

ഒരു ഇന്റർസെക്ഷ്വൽ അവസ്ഥയിലുള്ള കുട്ടിയെ മൂന്നു വിഭാഗ ങ്ങളിലൊന്നായി തരംതിരിക്കുന്നു.

1) അണ്ഡാശയങ്ങളോടും വൃഷണങ്ങളോടുംകൂടെ ജനിച്ചതും ആണും പെണ്ണുമായി ലൈംഗികാവയവങ്ങളുള്ളതുമായ ഒരു ശിശു. true hermaphrodite – an infant born with both ovaries and testicles and has both male and female sex organs.

2) പുരുഷ ബാഹ്യലൈംഗികാവയവങ്ങളുള്ള ഒരു ജനിതക സ്ത്രീ (female pseudohermaphrodite – a genetic female with male external sex organs).

3) ബാഹ്യ ലൈംഗികാവയവങ്ങളുള്ള ഒരു ജനിതക പുരുഷൻ, അതു ശരിയായി വികസിപ്പിക്കുന്നതിൽ പരാജയപ്പെടുന്നു, ഇത് സ്ത്രീ, അല്ലെങ്കിൽ പുരുഷ/സ്ത്രീ ശാരീരികസവി ശേഷതകൾക്കു കാരണമാകുന്നു (male pseudohermaphrodite – a genetic male with external sex organs that fail to develop properly, resulting in female or male/female physical characteristics).

ഇങ്ങനെയുള്ള ന്യൂനതയുമായി ഒരു കുഞ്ഞു ജനിച്ചാൽ, നമ്മുടെ മുൻപിൽ 2 ഓപ്ഷനുകളാണുള്ളത്.

ഒന്നാമത്തേത് ജനിച്ചതിന്റെ ആദ്യ 15 മാസത്തിനുള്ളില്‍ ശസ്ത്ര ക്രിയ, അല്ലെങ്കില്‍ തെറാപ്പി ആരംഭിക്കണം. അള്‍ട്രാസൗണ്ട് പരി ശോധനകള്‍, രക്തപരിശോധന, ക്രോമസോം വിശകലനം, കൂടാതെ കുഞ്ഞിന്റെ യഥാര്‍ത്ഥ ലിംഗഭേദം കണ്ടെത്താന്‍ പര്യവേക്ഷണ ശസ്ത്രക്രിയ നടത്താനും കഴിയും.

രണ്ടാമത്തേത് കുട്ടിക്കു സ്വന്തം തീരുമാനമെടുക്കാന്‍ പ്രായമാകു ന്നതുവരെ ഈ കാര്യങ്ങള്‍ മാറ്റിവയ്ക്കണം.

ഒരു കുഞ്ഞു ജനിക്കുമ്പോള്‍ ഹൃദയത്തിനോ തലച്ചോറിനോ കിഡ്നികള്‍ക്കോ ഒരു പ്രശ്നമുണ്ടെങ്കില്‍ എത്രയും വേഗം നാം ചികിത്സിക്കുന്നതുപോലെ ഒന്നാമത്തെ ഓപ്ഷനാണു ഏതു വ്യക്തിയും തിരഞ്ഞെടുക്കേണ്ടത്. അല്ലാതെ LGBTQIA ഫിലോസഫി പോലെ ആ വ്യക്തിയാണ് അവരുടെ ഫീലിങ്ങ്സ് അനുസരിച്ചു തീരുമാനിക്കട്ടെയെന്നു പറയുന്നത് യുക്തിഭദ്രമല്ല.

ട്രാന്‍സിഷനും ഡി ട്രാന്‍സിഷനും

ഇഷ്ടമുള്ള ലിംഗസ്വത്വത്തില്‍ ജീവിക്കാന്‍ കഴിയുന്ന തരത്തില്‍ മാറ്റങ്ങള്‍ വരുത്തുന്നതാണ് ട്രാന്‍സിഷന്‍. ഈ മാറ്റങ്ങള്‍ ആഗ്രഹി ക്കുന്നവര്‍ പേരു മാറ്റുകയോ, ലിംഗഭേദം സ്ഥിരീകരിക്കുന്ന വൈദ്യ സഹായം നേടുകയോ ചെയ്യും. ലിംഗപരമായ ഡിസ്ഫോറിയ കുറയ് ക്കാന്‍ ആളുകള്‍ പലപ്പോഴുമിതു ചെയ്യുന്നു. പാശ്ചാത്യരാജ്യങ്ങളില്‍ ഒരു കുട്ടി തന്റെ ഫീലിങ്ങ്സ് ഇങ്ങനെയാണെന്നു പറഞ്ഞാല്‍ അവരെ കൗണ്‍സല്‍ ചെയ്യുവാനോ കറക്റ്റ് ചെയ്യുവാനോ ശ്രമിക്കുന്നില്ല. അതിനു പകരം, അവരുടെ ഫീലിംഗ്സ് അനുസരിച്ച് ട്രാന്‍സിഷന്‍ നടത്തിക്കൊടുക്കുകയാണ് ചെയ്യുക. അവരെ ശരിയായ ദിശയിലേക്കു രക്ഷപെടുത്തുവാന്‍ ശ്രമിക്കാതെ, ഹോര്‍മോണ്‍ ഇന്‍ജെക്ക് ചെയ്തും ചികിത്സ നടത്തിയും അപ്പോള്‍ത്തന്നെ അവരുടെ ഇഷ്ടങ്ങളുടെ ലോകത്തിലേക്കു കൊണ്ടെത്തിക്കും.

പാശ്ചാത്യസംസ്കാരത്തില്‍ യുവാക്കളുടെയും കൗമാരക്കാരു ടെയും പ്രായം ആഘോഷത്തിന്റെ പ്രായമാണ്. മുതിര്‍ന്നയാള്‍ ക്കാര്‍ക്കുള്ള ഉത്തരവാദിത്വങ്ങളും ഭാരങ്ങളും ആകര്‍ഷകമല്ല എന്ന ഫിലോസഫിയും ട്രാന്‍സിഷനു പ്രേരകമാകാറുണ്ട്.

Increasing amount of adults who transitioned as teens choosing to detransition: study

An increasing amount of adults who transitioned to the opposite gender as a child or teen, now want to detransition, a new study shows.

Posted December 26, 2022 | 

ഡി ട്രാൻസിഷൻ

കൗമാരപ്രായത്തിൽ ഫീലിംഗ്സിന്റെ സംതൃപ്തി ലഭിക്കുവാൻ ട്രാൻസിഷൻ ചെയ്ത ധാരാളമാളുകൾ മുതിർന്നതിനുശേഷം തിരികെ ഡി ട്രാൻസിഷൻ ചെയ്യുന്നതിന്റെ എണ്ണം പാശ്ചാത്യരാജ്യങ്ങളിൽ വർദ്ധിക്കുന്ന കണക്കുകൾ കാണുന്നുണ്ട്. അവർ പറയുന്ന പ്രധാനപ്പെട്ട സങ്കടകരമായ വസ്തുത, കൗമാരപ്രായത്തിൽ തങ്ങൾക്കു ശരിയായ ദിശയിലുള്ള ഉപദേശങ്ങളും മെഡിക്കൽ ഉപദേശങ്ങളും ഡോക്ടേഴ്സിൽനിന്നും മെന്റൽ ഹെൽത്ത് വിദഗ്ധരിൽനിന്നും ലഭിച്ചില്ലയെന്നുള്ളതാണ്.

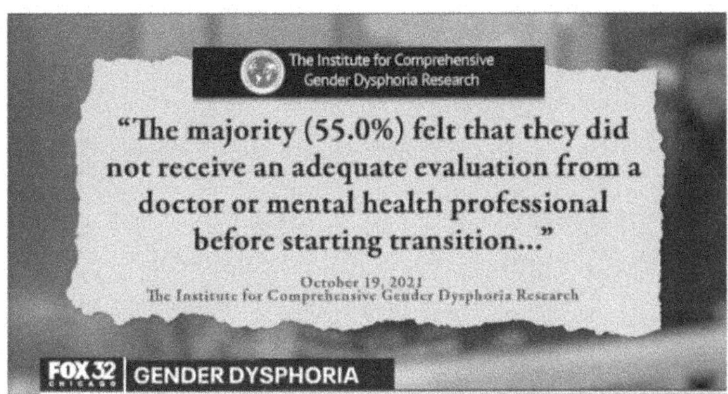

സമൂഹത്തോടും വായനക്കാരോടും ചില ചോദ്യങ്ങൾ

- ആൺ-പെൺ വ്യത്യാസം അംഗീകരിക്കുന്ന നിങ്ങൾ (മാതാ പിതാക്കളും കുട്ടികളുമടങ്ങുന്ന കുടുംബം) മ്ലേച്ഛതയെ ന്യായീകരിക്കുമോ?

- നമ്മളും നമ്മുടെ മക്കളും കൊച്ചുമക്കളും മൂല്യബോധ ത്തോടെ ജീവിക്കേണ്ടുന്ന ലോകം അപകടത്തിലാണെന്ന് നിങ്ങൾ തിരിച്ചറിയുന്നുണ്ടോ?

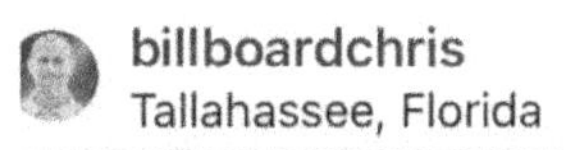

- മാതൃകയുള്ള വിവാഹജീവിതവും കുടുംബവുമൊക്കെ അനാവശ്യമാണെങ്കിൽ, അതിന്റെ പ്രസക്തി ഇല്ലാതായാൽ അതിനു പകരമായി ഉയർന്നു വരുന്ന ദുർന്നടപ്പു നിമിത്തം ദേശം പാപത്തിൽ മുങ്ങിപ്പോയാൽ നിങ്ങൾ എന്തു ചെയ്യും?

- സ്ത്രീപുരുഷന്മാർ തമ്മിലുള്ള ദാമ്പത്യജീവിതത്തിൽ വിവാഹമോചനങ്ങൾ വർദ്ധിക്കുന്നു എന്ന് LGBTQIA+കൾ പറയുമ്പോൾ, ഒരു വശത്തെ മൂല്യച്യുതി മറുവശത്തെ

അധാർമ്മികതയ്ക്ക് ആക്കം കൂട്ടുകയാണെന്ന് നിങ്ങൾ തിരിച്ചറിയുന്നുണ്ടോ?

- ക്ലെപ്റ്റോമാനിയാക് ജീൻ (ക്ലെപ്റ്റോമാനിയ മോഷ്ടിക്കുന്ന ശീലം) ഒരാൾക്കുണ്ടെന്നു പറഞ്ഞ് അയാൾ നിങ്ങളുടെ ഒരു സൂപ്പർ മാർക്കറ്റിൽ കയറി സാധനം മോഷ്ടിക്കുന്നതു ശീല മാക്കിയാൽ, 'അയ്യോ! പാവം' എന്നു പറഞ്ഞ് അയാളെ വീണ്ടും മോഷ്ടിക്കാൻ അനുവദിക്കുമോ?

- പിഡോഫിലിക് ജീൻ (പിഡോഫീലിയ പ്രായപൂർത്തിയാ കാത്ത കൊച്ചുകുട്ടികളെ പീഡിപ്പിക്കുന്ന ശീലം) ആയതു കൊണ്ട് കുഴപ്പമില്ലെന്നു പറഞ്ഞ് പിഞ്ചുകുഞ്ഞുങ്ങളെ പീഡിപ്പിക്കുവാൻ ഒരാളെ നിങ്ങൾ അനുവദിക്കുമോ?

- 'ആൽക്കഹോളിക് ഫീലിങ്ങ്സ്' ഉള്ളതുകൊണ്ട് മദ്യപിച്ചോ കഞ്ചാവടിച്ചോ ഒരു കുഴപ്പവുമില്ല, എങ്ങനെ വേണമെങ്കിലും ജീവിച്ചോളൂ എന്ന് നല്ല മൂല്യമുള്ള സുഹൃത്തുക്കൾ പറയുമോ?

ബൈബിളിലെ ചിന്തകൾ

- ഉല്പത്തി 19:5ൽ, ലോത്തിന്റെ വീടുവളഞ്ഞ സോദോമിലെ ആബാലവൃദ്ധം പുരുഷന്മാരുടെ വാക്കുകൾ നോക്കുക: അവർ ലോത്തിനെ വിളിച്ചു: ഈ രാത്രി നിന്റെ അടുക്കൽ വന്ന പുരുഷന്മാർ എവിടെ? ഞങ്ങൾ അവരെ ഭോഗിക്കേണ്ട തിന് ഞങ്ങളുടെ അടുക്കൽ പുറത്തുകൊണ്ടുവാ എന്ന് അവനോടു പറഞ്ഞു.

- യൂദാ 7ൽ, അതുപോലെ സോദോമും ഗോമോറയും ചുറ്റുമുള്ള പട്ടണങ്ങളും അവർക്കു സമമായി ദുർന്നടപ്പ് ആചരിച്ച് അന്യജഡം മോഹിച്ചു നടന്നതിനാൽ നിത്യാഗ്നിയുടെ ശിക്ഷാവിധി സഹിച്ചുകൊണ്ട് ദൃഷ്ടാന്തമായി കിടക്കുന്നു.

- റോമർ 1:26,27ൽ 'സ്ത്രീകൾ സ്വാഭാവിക ഭോഗത്തെ സ്വഭാവ വിരുദ്ധമാക്കിക്കളഞ്ഞു' എന്നും, പുരുഷന്മാർ സ്വഭ ദാവിക സ്ത്രീഭോഗം വിട്ട് അന്യോന്യം കാമം ജ്വലിച്ച് ആണോട് ആൺ അവലക്ഷണമായതു പ്രവർത്തിച്ചു' എന്നു രേഖപ്പെടുത്തിയിരിക്കുന്നു.

- 1 കോരി: 6:9,10 ൽ ദൈവരാജ്യം അവകാശമാക്കുകയില്ല എന്നു പത്തുകൂട്ടരെപ്പറ്റി പറഞ്ഞിട്ടുണ്ട്. അതിൽ ലൈംഗികത

യുമായി ബന്ധപ്പെട്ട നാലു കൂട്ടർ 'ദുർന്നടപ്പുകാർ, വ്യഭി ചാരികൾ, സ്വയഭോഗികൾ, പുരുഷകാമികൾ (Passive and active participants in homosexual acts) എന്നിവരാണ്.

● 1 തിമൊ 1:9ൽ, 'പുരുഷമൈഥുനക്കാർ' (for those who practicing homosexualtiy) എന്ന പദം ഉപയോഗിച്ചിട്ടുണ്ട്.

● സ്ത്രീ ജീനുള്ള തലച്ചോറുമായി ഒരു പുരുഷനോ, നേരെ മറിച്ചോ ഒരു വ്യക്തി ജനിക്കാനുള്ള സാധ്യതയെക്കുറിച്ച് ബൈബിളിൽ ഒരിടത്തും പരാമർശിക്കുന്നില്ല.

ബൈബിളിൽ പറഞ്ഞിട്ടുള്ള ഷണ്ഡന്മാർ ട്രാൻസ്ജൻഡേഴ്സല്ല

● ബൈബിളിലെ നപുംസകങ്ങൾ സാധാരണയായി കാസ് ട്രേറ്റഡ് പുരുഷന്മാരോ, ജനനവൈകല്യം കാരണം പ്രത്യുത് പാദനത്തിനു കഴിവില്ലാത്തവരോ ആയിരുന്നു. രാജകീയ അന്തഃപുരം പരിപാലിച്ചിരുന്ന പുരുഷന്മാരെ കാസ്ട്രേറ്റ് ചെയ്യുന്നതു സാധാരണമായിരുന്നു (എസ്ഥേർ 4:4).

● മത്തായി 19:12 ൽ പറയുന്നു, "അമ്മയുടെ ഗർഭത്തിൽനിന്നു ഷണ്ഡന്മാരായി ജനിച്ചവർ ഉണ്ട്; മനുഷ്യർ ഷണ്ഡന്മാരാക്കിയ ഷണ്ഡന്മാരും ഉണ്ട്; സ്വർഗരാജ്യം നിമിത്തം തങ്ങളെത്തന്നെ ഷണ്ഡന്മാരാക്കിയ ഷണ്ഡന്മാരും ഉണ്ട്." ബൈബിൾ ഒരിക്കലും സ്വവർഗരതിയും നപുംസകവും എന്ന പദങ്ങൾ പരസ്പരം ഉപയോഗിച്ചിട്ടില്ല. നപുംസകരെ പാപത്തിലാ ണെന്നു പരാമർശിക്കുന്നുമില്ല.

● അപ്പൊ: 8:35 ൽ, ഷണ്ഡനോടു സുവിശേഷം പറയുന്ന ഫിലി പ്പോസിനെ കാണാം. 8:38 ൽ അതിനുശേഷം സ്നാനപ്പെടുന്ന ഷണ്ഡനെയും കാണുന്നുണ്ട്.

യേശുക്രിസ്തുവിന്റെ വാക്കുകൾ

യേശുക്രിസ്തു ഇതരജീവിതശൈലിയെക്കുറിച്ച് ഒന്നും പറഞ്ഞിട്ടില്ല എന്നു വാദിക്കുന്നവരുണ്ട്.

1. മത്തായി 5:27, 28 ൽ 'വ്യഭിചാരം ചെയ്യരുത്', 'സ്ത്രീയെ മോഹി ക്കേണ്ടതിന് അവളെ നോക്കുന്നവൻ എല്ലാം ഹൃദയം കൊണ്ട് അവളോടു വ്യഭിചാരം ചെയ്തുപോയി' എന്ന് ക്രിസ്തുവിന്റെ വാക്കുകൾ രേഖപ്പെടുത്തിയിട്ടുണ്ട്. ഉദ്ദേശശുദ്ധിയില്ലാതെ

മോഹത്തിൽ ജീവിക്കുന്ന ഏതു വിഭാഗത്തിൽപ്പെട്ടവരും ഇതരജീവിതശൈലിയെ സപ്പോർട്ട് ചെയ്യുന്നവരും തിരിച്ചറി യേണ്ട വസ്തുതയാണിത്.

2. മത്തായി 19:59 ൽ 'ഏതു കാരണം ചൊല്ലിയും ഭാര്യയെ ഉപേക്ഷിക്കുന്നതു വിഹിതമോ' എന്നു ചോദിച്ചവരോടുള്ള യേശുക്രിസ്തുവിന്റെ മറുപടി ശ്രദ്ധേയമാണ്: 'സൃഷ്ടിച്ചവൻ ആദിയിൽ അവരെ ആണും പെണ്ണുമായി സൃഷ്ടിച്ചു എന്നും' വിവാഹബന്ധത്തിന്റെ പ്രാധാന്യവും സൃഷ്ടിപ്പിന്റെ ഉദ്ദേശ്യവും മഹത്വവും ഇവിടെ ഊന്നിപ്പറഞ്ഞിരിക്കുന്നു.

ഇതിനു സൗഖ്യമുണ്ടോ?

തീർച്ചയായും സൗഖ്യമുണ്ടെന്ന വസ്തുത തിരിച്ചറിയണം. ജനിതകത്തകരാറുകൾ ചൂണ്ടിക്കാണിച്ച് ഇതിനെ ന്യായീകരി ക്കുന്നവരുണ്ട്. ഏതു ജനിതകത്തകരാറും മാറണമെന്നും ചികിത്സിച്ചു പരിഹാരം കാണണമെന്നും ആഗ്രഹിക്കുന്ന സമൂഹത്തിലാണു നാം ജീവിക്കുന്നത്.

1 കോരി: 6:11 ൽ പൗലോസ് കൊരിന്ത്യരോടു പറയുന്നു 'നിങ്ങളിൽ ചിലർ ഈ വകക്കാരായിരുന്നു. എങ്കിലും, കർത്താവായ യേശുക്രിസ്തു വിന്റെ നാമത്തിലും നമ്മുടെ ദൈവത്തിന്റെ ആത്മാവിനാലും നിങ്ങളെ ത്തന്നെ കഴുകി ശുദ്ധീകരണവും നീതികരണവും പാപിച്ചിരിക്കുന്നു.

ദൈവപൈതലിന്റെ മനോഭാവം എങ്ങനെയായിരിക്കണം

മാനവകുലത്തോടുള്ള യേശുക്രിസ്തുവിന്റെ സ്നേഹമാണ് ബൈബിളിൽ പറഞ്ഞിട്ടുള്ള മുഖ്യവിഷയം. ജാതി, മതം, നിറം, പശ്ചാത്തലം, ലിംഗം എന്നീ വ്യത്യാസങ്ങൾ കൂടാതെ മനുഷ്യരെ സ്നേഹിക്കുവാനാണ് ദൈവവചനം നമ്മെ പഠിപ്പിക്കുന്നത്. യോഹ: 3:17 ൽ പറയുന്നു 'ദൈവം തന്റെ പുത്രനെ ലോകത്തിൽ അയച്ചത് ലോകത്തെ വിധിപ്പാനല്ല ലോകം അവനാൽ രക്ഷിക്കപ്പെടുവാനത്രെ.

ആത്മികശൂന്യത വരുത്തി മനുഷ്യനെ ദൈവത്തിൽനിന്ന് അകറ്റുന്ന ഇങ്ങനെയുള്ളവരെ ക്രിസ്തുവിൽ സ്നേഹിക്കുക, ബോധവത്ക്കരി ക്കുക എന്ന ദൗത്യമാണ് നമ്മുടെ മുൻപിലുള്ളത്. സുവിശേഷത്തിന്റെ സാക്ഷികളായി, യേശുക്രിസ്തുവിന്റെ കൃപയും ശക്തിയും വെളി പ്പെടുത്തിക്കൊണ്ട്, നമ്മൾ അവരുടെ ശത്രുക്കളല്ല, അവരെ നാശ ത്തിൽനിന്നു വിടുവിക്കാൻ ആഗ്രഹിക്കുന്ന സ്നേഹിതരാണെന്നു കാണിച്ചുകൊടുക്കുക.

സ്വർഗരതിക്കാരോടു പത്തു കാര്യങ്ങൾ

1. ഹൃദയവിചാരങ്ങൾ സങ്കീർണ്ണതകൾ നിറഞ്ഞതാണ്. എപ്പോഴും വൈകാരികതകളെ മാത്രം പിൻതുടരുന്നത് ദോഷകരമാണ്. ആയതിനാൽ അതിനെ മാത്രം ആശ്രയിക്കരുത് (Heart is complex; Don't follow emotion always; Don't trust it).

2. യിരെമ്യാവ് 17:9 ൽ, 'ഹൃദയം എല്ലാറ്റിനെക്കാളും കപടവും വിഷമവുമുള്ളത്; അത് ആരാഞ്ഞറിയുന്നവൻ ആർ? യഹോവയായ ഞാൻ ഹൃദയത്തെ ശോധന ചെയ്ത് അന്തരംഗങ്ങളെ പരീക്ഷിച്ച് ഓരോരുത്തന് അവനവന്റെ നടപ്പിനും പ്രവൃത്തിയുടെ ഫലത്തിനും തക്കവണ്ണം കൊടുക്കുന്നു' എന്നു രേഖപ്പെടുത്തിയിരിക്കുന്നു.

3. വികാരം പറയുന്നതുപോലെ മാത്രമല്ല, പ്രാഥമികമായി നിങ്ങൾ ജീവിക്കേണ്ടത്; തെറ്റുകൾ ഉണ്ടെങ്കിൽ, ആ പ്രവൃത്തികൾ തിരുത്തലിനു വിധേയമാക്കണം.

4. ഈ ലോകത്തിന് അനുരൂപമാകാതെ, നന്മയും പ്രസാദവും പൂർണ്ണതയുമുള്ള ദൈവഹിതം തിരിച്ചറിയേണ്ടതിനു മനസ്സു പുതുക്കി രൂപാന്തരപ്പെടുവിൻ. ദിനന്തോറും മനസ്സു പുതുക്കുവിൻ.

5. തെറ്റായ വികാരങ്ങൾ നിങ്ങളെ നയിക്കുമ്പോൾ, പരിജ്ഞാന മുള്ള, അറിവും പക്വതയുമുള്ള, നിങ്ങളുടെ നന്മ ആഗ്രഹി ക്കുന്ന കൗൺസലറുമായോ, സ്നേഹിതരുമായോ പ്രശ്നം പങ്കിടുക, പ്രാർത്ഥിക്കുക.

6. മനുഷ്യശരീരം സങ്കീർണ്ണമായ ഘടനയുള്ള യന്ത്രംപോലെ യാണ്. 'കോമൺസെൻസ്' (വിവേചന ബുദ്ധി) ഇല്ലാതെ ഈ യന്ത്രം ഉപയോഗിക്കരുത്. ഉദാ: ഒരു അലമാരയും ഫ്രിജും കാണുമ്പോൾ ഏകദേശം ഒരേ ഘടനയാണെന്ന് ചിന്തിച്ച്, ഫ്രിജിൽ ആരും തുണി മടക്കിവയ്ക്കാറില്ല. സാമ്പാറും ചോറും ഇറച്ചിക്കറിയും കേടാകാതിരിക്കാൻ ആരും അവ അലമാരയിൽ എടുത്തുവയ്ക്കാറുമില്ല.

7. യുക്തി മാത്രം നിങ്ങളെ ഭരിച്ചിട്ട് മൂല്യമുള്ള ദൈവിക വെളിപ്പാടുകൾ നിങ്ങൾ വലിച്ചെറിയരുത്.

8. അസാന്മാർഗികതയുടെ ട്രെൻഡുകൾ ദൈവികമായ മാനു ഷികമൂല്യങ്ങളുടെയും ക്രിയാത്മകമായ ബന്ധങ്ങളുടെയും

സൗഹൃദങ്ങളുടെയും വിലയിടിച്ചുകളയുമെന്ന് നിങ്ങൾ മറക്കരുത്.

9. മനുഷ്യൻ സന്താനപുഷ്ടിയുള്ളവരായിത്തീരണമെന്നുള്ളത് ദൈവകല്പനയാണ്. LGBTQIA + എന്ന ആശയം ആ കല്പനയ്ക്കെതിരാണ്. സ്വവർഗരതി പലയിടങ്ങളിലും നിയമ പരമാണെങ്കിലും, അത് അസാന്മാർഗികതയാണെന്നു തിരിച്ചറിയണം.

10. ഉത്തരവാദിത്വങ്ങൾ മറന്നു ജീവിക്കാൻ സ്വാതന്ത്ര്യം നിങ്ങളെ പ്രേരിപ്പിക്കരുത്.

പഴയനിയമത്തിലും പുതിയനിയമത്തിലും സ്വവർഗരതിയെ സാർവത്രികമായി അപലപിച്ചിരിക്കുന്നു. പാപത്തെക്കുറിച്ചോർത്തു ആഘോഷിക്കണമെന്നല്ല; അനുതപിക്കണമെന്നാണു സുവിശേഷം പറയുന്നത്!

യേശു നിങ്ങളെ സ്നേഹിക്കുന്നു;
യേശുവിലൂടെ നിങ്ങൾക്കു സൗഖ്യമുണ്ട്, മോചനമുണ്ട്.

താഴെക്കൊടുത്തിരിക്കുന്ന ബുക്ക് /വെബ്സൈറ്റുകൾ വായിക്കു ന്നത് കൂടുതൽ പ്രയോജനകരമായിരിക്കും.

www.straightanswers.live

www.gotquestions.org

101

A Pocket Guide to Wisdom
Nissi Jacob

This book feels like a personal conversation with a wise friend, sitting right beside you, offering guidance and wisdom in every area of life. The author's tone is approachable and warm, making it easy to connect with the insights shared on topics that many of us seek guidance for— whether it's personal growth, relationships, spirituality, or more.

What sets this book apart is its uncompromising presentation of truth. The author doesn't sugarcoat the realities of life but instead speaks directly and with clarity, all while using a refreshingly simple and modern language that resonates with today's generation. Each chapter feels like a heart-to-heart, leaving readers with a sense of purpose and direction. It's the kind of book that doesn't just inspire but equips you to take meaningful action in your life.

Another powerful aspect of 'Broyude Subhashithangal' is its blend of stories and real-life experiences, which the author uses to illustrate key points. These stories provide practical examples that help bring clarity and depth to the lessons shared. Additionally, the author has incorporated insights from others, making the book a collective work of wisdom. This collaborative approach enhances the richness of the content, offering diverse perspectives on life's important truth.

If you're looking for a book that offers straightforward, life-affirming advice, delivered in a conversational and relatable way, this is the one to pick up. It is insightful, real, and leaves you with lasting reflections long after you've turned the final page making it a must-read for all ages.

A Beacon of Spiritual Guidance in Difficult Times
Surajmon R

Broyude Subhashithankal is a remarkable collection of wisdom that offers deep spiritual insights. It helped me tremendously during my toughest moments, providing solace and guiding me closer to God. Each verse resonates with timeless truths that are simple yet profound, inspiring reflection and offering comfort.

The teachings in this book are beautifully structured and serve as reminders of the values we often overlook in our busy lives. For anyone seeking spiritual growth or comfort in challenging times, Broyude Subhashithankal is an invaluable companion. It encourages inner strength and faith.

Echoes of Wisdom
Emmanuel Jose

This book is filled with useful facts, and as I read it, I found myself praising God for how relevant the Bible's teachings are, even in the era of AI.
Sharlet Bro presents real-world applications of Biblical principles in a way that truly amazed me.
I'm continually impressed by the creative insights and practical wisdom this book offers.

Timeless wisdom simplified...
Aby Varghese

This is one of the most interesting books I have read on the book of proverbs.
The 31 chapters from the book of proverbs are timeless and full of wisdom and insights to live a virtues life.

Broyude Shubhashageethangal brings in the very essence of King Solomon's wisdom in very short points with examples and cartoons from a layman's perspective. The author has done a fantastic job in amplifying and bringing in all the major attributes of each chapters of Proverbs and also avoided repetitions. This has made readers like me, glued to this book.

I would wholeheartedly recommend this books for people who love to inculcate moral ethics and discipline in their life.

I hope the author translates this book into English also, so that more people who may not know Malayalam may also have a life changing experience.

I will forever be keen to come back and go through the pointers
Shabnam

This book opened avenues of self-correction and discipline which I never expected to have existed. When I started reading, I was only expecting the usual character training tricks and tactics. But it went beyond that, helped me pick up pointers now and then. My favourite of all the chapters is the one on 'humility'. Other bookmarked ones include the one about old parents;fool,sluggard and trouble maker, counselling and spiritual discipline, great leaders and excellent wife. I was flooded with new methods and ideas by the time I reached half of the book. The author holds a unique way of storytelling, you would be perturbed one instance and the next instance he would be consoling you, which will be followed by some methods to deal with the issue. Happy reading!

Sajan

The best book you can grow spiritually in this generation modern vocabulary and culture.